AF518801

INSIGHT PUBLICA®

INSIGHT PUBLICA
Nadakkavu, Kozhikode, Kerala
www.insightpublica.com
e-mail: insightpublica@gmail.com
Nalacharitham Attakatha Onnam Divasam
(Malayalam)
Unnayi Variar
Commentary/Narration: Dr. Radhakrishnan Elayidathu
This Insight Edition: October 2021

ISBN 978-93-89155-06-8

നളചരിതം

ആട്ടക്കഥ (ഒന്നാം ദിവസം)

ഉണ്ണായി വാരിയർ

വ്യാഖ്യാനം: ഡോ. രാധാകൃഷ്ണൻ ഇളയിടത്ത്

INSIGHT PUBLICA®

ഉള്ളടക്കം

മുഖക്കുറിപ്പ്

വിദ്യാർത്ഥികളുടെ പരീക്ഷാഉപയോഗം മുൻനിർത്തിമാത്രമാണ് നളചരിതത്തെ ഇവിടെ സമീപിക്കുന്നത്. അതിലേക്കായി ശ്ലോകം, പല്ലവി, അനുപല്ലവി, ചരണങ്ങൾ എന്നിങ്ങനെ വ്യത്യസ്ത അംശങ്ങളുടെ പ്രത്യക്ഷത്തിലുള്ള അർത്ഥം ആദ്യം നൽകിയിരിക്കുന്നു. പ്രയാസം തോന്നാവുന്ന ശ്ലോകങ്ങളുടെ അന്വയവും ചേർത്തിട്ടുണ്ട്. പരാമാവധി വാക്കുകളുടെ അർത്ഥങ്ങളും മറ്റ് വസ്തുതകളും ചേർക്കാനാണ് പിന്നീട് ശ്രദ്ധിച്ചത്. കാന്താരതാരക വ്യാഖ്യാനത്തിന് ഏ.ആർ. തയ്യാറാക്കിയ അവതാരികയുടെ അന്വേഷണ പരിധിയിൽപെടാത്ത ആട്ടക്കഥാ പ്രസ്ഥാന ചരിത്രവും, കഥകളി എന്ന കലാരൂപവുമായി ബന്ധപ്പെടുന്ന അടിസ്ഥാന വസ്തുതകൾ സംബന്ധിച്ച പരിമിതവിവരങ്ങളും ഇതോടൊപ്പം ചേർത്തിട്ടുണ്ട്. വിദ്യാർത്ഥികൾക്ക് എളുപ്പം മനസിലാക്കുന്നതിനായി നാലുദിവസത്തെ കഥയെ വേർതിരിച്ച് നൽകുകയും ചെയ്യുന്നു. പൊതുചോദ്യങ്ങളും, പാഠ്യഭാഗം കേന്ദ്രമാക്കുന്ന ചോദ്യങ്ങളും ഉൾപ്പെടുത്തി സാധാരണയായി രണ്ട് തരത്തിലുള്ള ചോദ്യങ്ങൾ പരീക്ഷയ്ക്ക് വന്നു കാണാറുണ്ട്. മാതൃകയായി 35-ഓളം ചോദ്യങ്ങൾ ഇവിടെ നൽകുന്നു. മാതൃകകൾ അതേപടി പരീക്ഷകൾക്ക് ആവർത്തിച്ചില്ലെങ്കിൽ പോലും, തന്നിട്ടുള്ള ചോദ്യങ്ങൾക്ക് ഉത്തരമെഴുതി പരിശീലിക്കുന്ന വിദ്യർത്ഥികൾക്ക് നളചരിതം സംബന്ധിച്ച അന്വേഷണങ്ങളെ ഉൾക്കൊള്ളുവാനും, അതുമായി ബന്ധപ്പെട്ട് വരാവുന്ന മറ്റ് ചോദ്യങ്ങൾക്ക് ഫലപ്രദമായി ഉത്തരം നൽകാൻ കഴിയുമെന്നും കരുതുന്നു. വിശദപഠനം താൽപര്യപ്പെടുന്ന വിദ്യാർത്ഥികൾക്ക് ഉപയോഗിക്കാവുന്ന ഏതാനും കൃതികളുടെ പേരുവിവരങ്ങൾ പുസ്തകത്തിന്റെ അവസാന ഭാഗത്ത് ഉൾപ്പെടുത്തിയിട്ടുണ്ട്. കൃതി സംബന്ധിച്ച് ചിട്ടപ്പെട്ട, ഗൗരവപരമായ പഠനത്തെ ഒരുക്കുന്നതിന് ആ കൃതികൾ തീർച്ചയായും വിദ്യാർത്ഥികളെ സഹായിക്കും.

II

നളചരിതത്തിന് നിരവധി വ്യാഖ്യാനങ്ങൾ ഉണ്ടായെങ്കിലും ഏ.ആറിന്റെ കാന്താരതാരക വ്യാഖ്യാനത്തെ ആധികാരികമായി പലരും കരുതിപോരുന്നു. കാന്താരതാരക വ്യാഖ്യാനത്തിന്റെ അവതാരികയിൽ നളചരിതവുമായി ബന്ധപ്പെട്ട നിരവധി ഘടകങ്ങൾ അന്വേഷിക്കുവാൻ ഏ.ആറിന് കഴിയുകയുണ്ടായി. മൂലകഥ, ഇതിവൃത്തത്തിലേക്കു വരുമ്പോൾ മൂലകഥയിൽ വന്ന മാറ്റം, കൃതി ഉൾക്കൊള്ളുന്ന കാലദേശങ്ങൾ, പാത്രനിരൂപണം, കവിയുടെ ജീവിതം സംബന്ധിച്ച അടിസ്ഥാനവിവരങ്ങൾ,

നളചരിതഭാഷ, വാക്യരീതി, സംഗീതം തുടങ്ങിയ വിഷയങ്ങൾ ഏ.ആർ. പ്രധാനമായും അവതാരികയിൽ ചർച്ച ചെയ്യുകയുണ്ടായി. ഏ.ആർ. വികസിപ്പിച്ച അന്വേഷണങ്ങളുടെ താത്പര്യവും സ്വഭാവവും തന്നെയാണ് പില്ക്കാല വ്യാഖ്യാനങ്ങൾ പ്രധാനമായും ഏറ്റെടുത്തത്. നളചരിതം സംബന്ധിച്ച് ഏ.ആറിന്റെ വിചാരങ്ങളും വിശകലനമാതൃകയും പില്ക്കാല അന്വേഷണങ്ങളെ നിർണ്ണായകമായി സ്വാധീനിച്ചു എന്ന് സാരം.

സാമ്പ്രദായികവും, സാങ്കേതികവും ആയ പരമ്പരാഗത അന്വേഷണങ്ങളുടെ പരിമിതികൾ പരമാവധി ഇല്ലാതാക്കാനും സുപ്രധാന വിച്ഛേദങ്ങൾ നളചരിതം സംബന്ധിച്ച് ഭാവന ചെയ്യാനും ഏ.ആറിന് കഴിഞ്ഞു എന്നത് പ്രധാനമാണ്. ഉണ്ണായിവാര്യരുടെ കാലം സംബന്ധിച്ച് നിലനിന്നിരുന്ന വ്യർത്ഥമായ കുതർക്കങ്ങളോടും, കവിയുമായി ബന്ധപ്പെട്ട അനവധി ഐതിഹ്യങ്ങളോടും ഏ.ആർ പുലർത്തുന്ന സമീപനം ഉദാഹരണമാണ്. ഇങ്ങനെയാകുമ്പോഴും കൃതിയുമായി ബന്ധപ്പെട്ട വസ്തുതകൾ കൃതിയുടെ അകത്തുവെച്ചു തന്നെ വിശകലനം ചെയ്യുന്ന സാഹിതീയവും, അനുഭവപരവും ആയ അന്വേഷണം തന്നെയാണ് കാന്താരതാരകകാരന് അബോധമായതെന്ന വസ്തുത കാണാതിരുന്നുകൂടാ. നളചരിതം ആട്ടക്കഥയുടെ ചരിത്രത്തിൽ വേറിട്ട കൃതിയായി നിലകൊള്ളുന്നത് സാഹിതീമായ ഗുണങ്ങൾ കൊണ്ടുമാത്രമല്ല. ആധുനിക സമൂഹത്തിന്റെ രൂപീകരണവും, ആധുനികത സാധ്യമാക്കിയ വ്യക്തി സങ്കൽപ്പവും നളചരിതത്തിന്റെ വേറിടലിനെ നിർണ്ണായകമായി സ്വാധീനിച്ചിട്ടുണ്ട്. ആട്ടക്കഥാ ചരിത്രത്തിന്റെ നാൾവഴികളിൽ നളചരിതത്തെ പ്രതിഷ്ഠിച്ചുകൊണ്ടു തന്നെ നളചരിതം സംബന്ധിച്ച് ഇത്തരം നിരീക്ഷണങ്ങൾ ഇന്ന് വികസിക്കുന്നുമുണ്ട്. മൂലകഥയിൽ നിന്ന് ഇതിവൃത്തം വേറിടുന്നത് സങ്കീർണമായ സാമൂഹിക പ്രകരണം പ്രസ്തുത ഇതിവൃത്തത്തെ സാധ്യമാക്കിയതു കൊണ്ടുതന്നെയാണ്.

നളചരിതത്തെ സംബന്ധിച്ച് ഇത്തരം വ്യത്യസ്തമായ നിരീക്ഷണങ്ങൾ തുടങ്ങിവെക്കാൻ ഏ.ആറിന് കഴിഞ്ഞു. നളചരിതത്തിൽ നിന്ന് കാലത്തെ വായിക്കാനുള്ള പരിമിതമായ ശ്രമം ഉദാഹരണമാണ്. ഇങ്ങനെയാവുമ്പോഴും കാന്താരതാരകകാരന്റെ ഉദ്ദേശ്യവും ഊന്നലും മറ്റൊരു മേഖലയായിരുന്നു എന്നത് സ്പഷ്ടമാണ്. അതാകട്ടെ പരമ്പരാഗത കാവ്യാനുശീലന സംസ്കാരത്തോട് പലമട്ടിൽ ഇണങ്ങി നിൽക്കുന്നു. കൃതിയെ കൃതിക്കുപുറത്ത് സങ്കീർണമായ സാമൂഹിക സാഹചര്യത്തിൽ പ്രതിഷ്ഠപ്പെടുത്തുന്ന സാംസ്കാരിക അന്വേഷണങ്ങളാണ് കാവ്യവിമർശനത്തിൽ ഇന്ന് പ്രധാനമാകുന്നത്. അത്തരം അന്വേഷണങ്ങൾക്കാകട്ടെ പ്രസ്തുത കാലത്തെ നിർണ്ണയിച്ച സാമൂഹികവും അധികാരപരവുമായ ബലതന്ത്രങ്ങളെ വെളിച്ചത്തുകൊണ്ടുവരുവാനും കഴിയും. പരീക്ഷയോടൊപ്പം സൂക്ഷ്മമായ വിദ്യാർത്ഥി ജാഗ്രത ഇനി വളരേണ്ടത് അത്തരം മേഖലകളിലാണ്.

ഡോ. രാധാകൃഷ്ണൻ ഇളയിടത്ത്

നളചരിതം
അവതാരിക

കഥാസംഗ്രഹം

പണ്ടു നിഷധരാജ്യത്ത് വീരസേനന്റെ പുത്രനായിട്ട് നളൻ എന്നൊരു രാജാവുണ്ടായി. അദ്ദേഹം വീര്യത്തിലെന്ന പോലെ രൂപസൗന്ദര്യത്തിലും അദ്വിതീയനായിത്തീർന്നു. അക്കാലത്തു വിദർഭരാജ്യത്തിന്റെ അധിപതിയായ ഭീമസേന മഹാരാജാവിന് ദമനൻ എന്ന മഹർഷിയുടെ വരപ്രസാദത്താൽ ലഭിച്ച ദമൻ, ദാന്തൻ, ദമനൻ, ദമയന്തി എന്ന പുത്രരിൽ ദമയന്തി എന്ന പുത്രി, നളൻ പുരുഷരിൽ എന്നപോലെ, സ്ത്രീകളിൽ രൂപലാവണ്യം കൊണ്ടു ലോകപ്രസിദ്ധിയായ്ച്ചമഞ്ഞു. ദമയന്തിനളൻമാർക്ക് അന്യോന്യഗുണശ്രവണത്താൽ ബാല്യത്തിൽ തന്നെ പരോക്ഷാനുരാഗം ഉളവായി. അഭിലാഷവിപ്രലംഭദശയിൽ നളൻ വീരസാഹസനായിട്ട് ഒരു ദിവസം ഉദ്യാനത്തിൽ വിജനവാസം ചെയ്യുമ്പോൾ ക്രീഡാതടാകത്തിന്റെ കരയിൽ ക്രീഡിക്കുന്ന സുവർണ്ണഹംസങ്ങളെ കണ്ടു കൗതുകം തോന്നീട്ട് അതിൽ ഒന്നിനെ ഉറങ്ങുന്ന സമയം കടന്നുപിടിച്ചു. അരയന്നം ഉടൻ ഉണർന്നു വിലപിച്ചപ്പോൾ വിട്ടുകയും ചെയ്തു. രാജാവിന്റെ ദയാശീലത കണ്ട് ഹംസം താൻ പ്രത്യുപകാരമായി ദമയന്തിയോട് ദൂത് പറയാം എന്നേറ്റു. ഉടൻ കുണ്ഡിനപുരിയിൽ ചെന്ന് ദമയന്തിയുടെ അടുക്കൽ നളനെ വർണിച്ച് അവൾ മനസ്സുകൊണ്ട് നളനെ വരിച്ചിരിക്കുന്ന വിവരം മടങ്ങിവന്നു പറയുകയും ചെയ്തു.

താമസിയാതെ യൗവനാരംഭം കണ്ട് ഭീമരാജാവ് ദമയന്തിക്കു സ്വയംവരം നിശ്ചയിച്ചു. രാജാക്കന്മാരെ ക്ഷണിക്കാൻ ദൂതന്മാരെ അയച്ചു. ഈ ഘട്ടത്തിൽ പർവ്വതമുനിയോടുകൂടി ശ്രീനാരദൻ സ്വർഗ്ഗത്തു ചെന്നപ്പോൾ പ്രസംഗവശാൽ പ്രസ്താവിച്ച ദമയന്തിയുടെ അസാധാരണ ഗുണഗണങ്ങൾ കേട്ടു കൗതുകം പൂണ്ട്, ഇന്ദ്രിയാഗ്നിയമവരുണന്മാരാകുന്ന ദിക്പാലകരും സ്വയംവരത്തിനായി പുറപ്പെട്ടു. അവർ വഴിയിൽ വെച്ച് നളനെ കണ്ടെത്തി. ദമയന്തികാമുകനായ ആ രാജാവിനെ തന്നെ കന്യകയുടെ അടുക്കൽ ദൂതിനയച്ചു. അതിഥികളുടെ വാസ്തവവും അർത്ഥനയുടെ സ്വഭാവവും അറിയും മുമ്പേ വാഗ്ദാനം ചെയ്തുപോകയാൽ ധർമ്മപാശബന്ധനായ നളൻ ഇന്ദ്രാദികളുടെ പ്രഭാവത്താൽ അദൃശ്യമൂർത്തിയായിട്ട് യാതൊരു പ്രതിബന്ധവും കൂടാതെ കന്യാന്തഃപുരത്തിൽ പ്രവേശിച്ച് അവളോട് ഇന്ദ്രാദികളുടെ പ്രാർത്ഥന അറിയിച്ചു. തന്റെ വരനായ നളൻ അന്യന്റെ ദൂതിനായി വന്നതിനാൽ ദമയന്തി വ്യസനിക്കുകയും നളൻ എല്ലാത്തിനും സമാധാനം പറയുകയും

ചെയ്തു. ഒടുവിൽ ദമയന്തി 'എന്നാൽ ഇന്ദ്രാദികളും സ്വയംവരത്തിൽ വരട്ടെ; അവരുടെ സമക്ഷംതന്നെ ഞാൻ അങ്ങയെ വരിച്ചുകൊള്ളാം' എന്നു തീരുമാനം പറഞ്ഞു. ഈ വിവരമെല്ലാം നളൻ മടങ്ങിവന്ന് ഇന്ദ്രാദികളെ ഗ്രഹിപ്പിക്കുകയും ചെയ്തു.

അനന്തരം നാനാദേശാധിപതികളായ രാജക്കന്മാരാൽ അലംകൃമായ സ്വയംവരമണ്ഡപത്തിൽ പ്രവേശിപ്പിച്ച് ദമയന്തി, ചൂണ്ടിക്കാണിക്കപ്പെട്ട ഓരോരോ രാജാക്കന്മാരെയും ഉപേക്ഷിച്ച് നളസവിധത്തിൽ എത്തിയപ്പോൾ അവിടെ നളന്റെ ആകൃതിയിൽ അഞ്ചുപേർ ഇരിക്കുന്നത് കണ്ട് കുഴങ്ങി വശയായി. ഇതികർത്തവ്യതാമൂഢയായ ദമയന്തി ദേവന്മാരെ മനസ്സുകൊണ്ട് ശരണം പ്രാപിച്ച്, താൻ ഹൃദയംകൊണ്ട് വരിച്ചുപോയ വരനെ തനിക്കു കാണിച്ചുതരാൻ പ്രാർത്ഥിച്ചതനുസരിച്ച്, അവർ തങ്ങളുടെ ദേവചിഹ്നങ്ങൾ പ്രകാശിപ്പിച്ചു. ദമയന്തി നളനെ തിരിച്ചറിഞ്ഞു മാലയിട്ടു വരിക്കുകയും ചെയ്തു. ദേവൻമ്മാർ പ്രസാദിച്ച് നളന് ഓരോരുത്തരും ഈരണ്ടു വരങ്ങൾ വീതം കൊടുത്ത് അന്തർദ്ധാനം ചെയ്തു. ഇതെല്ലാം കണ്ട് വിസ്മയിച്ച് രാജക്കന്മാർ കലഹിക്കാതെ പിരിയുകയും ചെയ്തു. നളൻ വിവാഹം കഴിഞ്ഞു സ്വരാജ്യത്തു ചെന്ന് ദമയന്തിയും ഒരുമിച്ച് ചിരപ്രാർത്ഥിങ്ങളായ സുഖങ്ങൾ യഥേഷ്ടം അനുഭവിച്ചു സുഖിച്ചുവാണു. അനേകം യാഗാദികർമ്മങ്ങളും ചെയ്ത് ദമയന്തിയും ഒരുമിച്ചുവാഴുമ്പോൾ നളന് ഇന്ദ്രസേനൻ എന്നൊരു പുത്രനും ഇന്ദ്രസേന എന്നൊരു പുത്രിയും ഉളവായി.

ഇന്ദ്രാദികൾ സ്വയംവരം കഴിഞ്ഞ് സ്വർഗത്തേയ്ക്ക് മടങ്ങുമ്പോൾ വഴിമദ്ധ്യേ ദ്വാപരനോടുകൂടി കലി വരുന്നതു കണ്ടു. എവിടെക്കായി പുറപ്പെടുന്നു എന്ന് ദേവന്മാർ ചോദിച്ചതിനു കലി 'സ്വയംവരത്തിൽ ദമയന്തിയെ വരിക്കാൻ ' എന്നുത്തരം പറഞ്ഞപ്പോൾ ദേവന്മാർ നടന്ന വിവരമെല്ലാം പറഞ്ഞ്, ധാർമികനായ നളനെ ദ്രോഹിപ്പാൻ വിചാരിക്കുന്നവർക്ക് അധഃപതനം വരുമെന്നു കലിയെ വിലക്കീട്ടു പോകുകയും ചെയ്തു. കലികോപം സഹിക്കാതെ ദ്വാപരനുമായി ആലേചിച്ച് നളനെ ദമയന്തിയുടെ അടുക്കൽ നിന്നു പിരിക്കാമെന്നു സത്യവും ചെയ്ത് നിഷധരാജ്യത്തിലേക്കു പുറപ്പെട്ടു. പന്ത്രണ്ടുവർഷം അവിടെ കാത്തിരുന്നതിന്റെ ശേഷം ഒരിക്കൽ നളൻ ഓർമക്കേടാൽ പാദപ്രക്ഷാളനം ചെയ്യാതെ സന്ധ്യാവന്ദനം ചെയ്ത അവസരം നോക്കി കലി അവനെ ആവേശിച്ചു. അനന്തരം നളന്റെ അനുജനായ പുഷ്കരൻ കലിപ്രേരിതനായിട്ട് നളനെ ചൂതുപൊരുതാനായിട്ട് വന്നു വിളിച്ചു. ദ്യൂതത്തിൽ വൃഷഭവേഷനായ കലിയായിരുന്നു പുഷ്കരനു പണയമായിട്ട്. ദ്വാപരൻ അക്ഷങ്ങളിലും അധിവാസം ചെയ്തു. നളൻ തന്റെ നാടു നഗരവുമെല്ലാം മുറയ്ക്കു പണയംവച്ചു തോറ്റുകൊണ്ടുവന്നു. ഈവിധം അഞ്ചാറുമാസം അവർക്ക് ദ്യൂതം നടന്നു. വിവരമറിഞ്ഞു മന്ത്രിമാരും നഗരവാസികളും ബന്ധുക്കളുമെല്ലാവരും രണ്ടുപ്രാവശ്യം ഉപദേശിക്കാൻ വന്നിട്ടും നളൻ ഒന്നും കൂട്ടാക്കാതെ ചൂതുകളിതന്നെ തുടർന്നു. സർവ്വസ്വവും നശിപ്പിച്ച് ഏകവസ്ത്രശേഷനായിട്ടു കലാശിച്ചു.

ഇതിനിടയിൽ ദമയന്തി നളന്റെ പരാജയം കണ്ട് കരുതലോടുകൂടി പുത്രനെയും പുത്രിയെയും വാർഷ്ണേയനെന്ന നളസാരഥിയെ ഏൽപിച്ച കുണ്ഡിനപുരത്തിലേക്ക് അയച്ചു. വാർഷണേയൻ അവരെ അവിടെ കൊണ്ടു ചെന്നു വിട്ടിട്ട്, വ്യസനനിച്ചനടന്ന്, ഒടുവിൽ അയോദ്ധ്യാപതിയായ ഋതുപർണ്ണരാജാവിന്റെ സൂതനായി വാഴുകയും ചെയ്തു.

സർവ്വസ്വവും തട്ടിപ്പറിച്ചിട്ട് ഇനി ഭൈമിയല്ലാതെ തനിക്കു പണയത്തിനെന്തുണ്ടെന്നു പുഷ്കരൻ പരിഹാസമായി ചോദിച്ചപ്പോൾ നളൻ വ്യസനക്രാന്തനായിട്ട് ദേഹത്തിലുണ്ടായിരുന്ന ആഭരണങ്ങളും അഴിച്ചുകൊടുത്തിട്ട് ഏകവസ്ത്രനായി രാജധാനിയിൽ നിന്നു പുറത്തിറങ്ങി ദമയന്തിയുടെ പിന്നാലെ പുറപ്പെട്ടു. മൂന്നുദിവസം അവർ നഗരത്തിനു വെളിയിൽ താമസിച്ചപ്പോൾ നളന് ആരും ഒത്താശകൾ ചെയ്തുപോകരുതെന്ന് പുഷ്കരൻ പ്രസിദ്ധപ്പെടുത്തിയ വിളംബരമനുസരിച്ച് നളനെ ആരും ഗണിക്കാതെയായി. ഈ അവസരത്തിൽ ക്ഷുധാർത്തനായ നളൻ ചില പൊൻപക്ഷികൾ പറന്നടുത്തുവരുന്നതു കണ്ട് അവയെ പിടിക്കാനായി ഉടുത്ത വസ്ത്രം അഴിച്ച് വലപോലെ വീശിയെറിഞ്ഞു. പക്ഷികൾ വസ്ത്രവും കൊത്തിക്കൊണ്ട് പറന്നുപോയി, 'ഞങ്ങൾ നിന്നെ തോല്പിച്ച ചൂതുകളാണെ'ന്നു പറഞ്ഞു മറയുകയും ചെയ്തു. നഗ്നായിട്ട് പിന്നീടു കാട്ടിലേക്ക് പുറപ്പെട്ടു. പോകുന്ന മദ്ധ്യേ നളൻ കുണ്ഡിനത്തിലേയ്ക്കു പോകാനുള്ള പെരുവഴി കാണിച്ചുകൊടുത്തിട്ടും ദമയന്തി കൂട്ടാക്കാതെ പിന്നാലെ തന്നെ നടന്നു ഓരേ വസ്ത്രംകൊണ്ടു രണ്ടുപേരും ദേഹം മറച്ച് അവർ രാത്രിയിൽ ഒരു വനമണ്ഡപത്തിൽ പോയി കിടന്നു. ഭൈമി തളർച്ച കൊണ്ടുറങ്ങി; നളൻ വിചാരമഗ്നനായിട്ട് ആലോചന തുടങ്ങി. 'കൂടെ കൊണ്ടു നടന്നാൽ ഇവൾ വലയും; വിട്ടേച്ചുപോയാൽ പിതൃഗ്രഹത്തിലോ മറ്റോ ചെന്നുരക്ഷപ്പെട്ടെന്നു വരാം; ധർമ്മരക്ഷിതയായ ഇവൾക്ക് വഴിയിൽ അപായം ഒന്നും വരാനും ഇടയില്ല'. ഇങ്ങനെ ഉറച്ച് ആദിത്യദേവന്മാരോട് അവളെ രക്ഷിപ്പാൻ പ്രാർത്ഥിച്ചിട്ട് വസ്ത്രം മുറിച്ചുകൊണ്ട് വിട്ടുപോകയും ചെയ്തു.

ദമയന്തി ഉണർന്നു നോക്കുമ്പോൾ നളനെ കാണ്മാനില്ല. ആ വൻ കാട്ടിൽ അവൾ വിലപിച്ചുകൊണ്ടു, ഭർത്താവിനെ ആവേശിച്ച ഭൂതത്തെ ശപിച്ചുകൊണ്ടും തേടി നടന്നു. അപ്പോൾ ഒരു പെരുമ്പാമ്പ് കാലിൽ പിടിയുംകൂടി. എന്നിട്ടും അവൾ നളനെത്തന്നെ വിളിച്ചു കരഞ്ഞു. അതുകേട്ട് ഒരു കാട്ടാളൻ വന്നു കണ്ട് പാമ്പിനെ കൊന്നു അവളെ രക്ഷപ്പെടുത്തി. എന്നാൽ, അവൻ അവളിൽ ബലാൽകാരമായി അധർമ്മം പ്രവർത്തിക്കാൻ ആരംഭിച്ചപ്പോൾ അവനെ ശപിക്കേണ്ടതായി വന്നു. 'നളനൊഴികെ ഒരു പുരുഷനെ ഞാൻ മനസ്സുകൊണ്ടുപോലും സ്പർശിച്ചിട്ടില്ലെങ്കിൽ ഇവൻ മരിച്ചുവീഴട്ടെ' എന്ന് പതിവ്രത പറയുകയും, ആ ദുഷ്ടൻ ശവമായി വീഴുകയും ഒന്നിച്ചുകഴിഞ്ഞു. പിന്നീടും അലഞ്ഞു തിരിഞ്ഞു കഴിഞ്ഞപ്പോൾ ഒരാശ്രമം കണ്ട് അവൾ അവിടെ ചെന്നു. എന്നാൽ മഹർഷിമാർ വിവരമെല്ലാം ചോദിച്ചറിഞ്ഞ്, 'താമസിയാതെ നീ നളനോട് ചേർന്ന് മുന്നെപ്പോലെ സുഖമായിരിക്കും' എന്ന് അവളെ ആശ്വസിപ്പിച്ചിട്ട് ആശ്രമത്തോടുകൂടെ തന്നെ അന്തർദ്ധാനം

ചെയ്തു. മഹർഷിവാക്യത്താൽ ഒരുവിധം സമാധാനപ്പെട്ട് ആ പതിവ്രത വീണ്ടും മണ്ടിനടക്കുമ്പോൾ ഒരു നദി കടക്കുന്ന കച്ചവടക്കാരുടെ സംഘത്തെക്കണ്ട് അവരോടു സംഗതിയെല്ലാം പറഞ്ഞു. ധാർമികനായ ആ സംഘപ്രധാനിയുടെ അനുമതി വാങ്ങി അവരൊന്നിച്ച് പുറപ്പെട്ടു. വളരെ ദിവസം വളരെ കാടും മലയും കയറി നടന്നു. വഴിയിൽ കാട്ടാനകളുടെ ആക്രമണത്താൽ പാതിപ്പെട്ട് ഒരു ദിവസം സന്ധ്യയോടുകൂടെ ആ സംഘം ഉദ്ദിഷ്ടമായ ചേദിരാജ്യത്തു ചെന്നെത്തി. അവിടെ നഗരവീഥിയിൽ കച്ചവടക്കാരുടെയിടയിൽ സഞ്ചരിച്ച ദമയന്തിയെ അങ്ങാടിപ്പിള്ളർ ചുറ്റിക്കൂടി പരിഹസിക്കുകയും ശല്യപ്പെടുത്തുകയും ചെയ്യുന്നത് ആ രാജ്യത്തെ രാജാവായ സുബാഹുവിന്റെ മാതാവ് മാളികയിൽ നിന്ന് നോക്കിക്കണ്ട് അവളെ ആളയച്ചുവരുത്തി സൈരന്ധ്രിയുടെ നിലയിൽ സ്വപുത്രിയായ സുനന്ദയുടെ സഖിയാക്കി താമസിപ്പിച്ചു. രാജമാതാവിനോട് ഭൈമി സംഗതിയെല്ലാം സാമാന്യരീത്യാ അല്ലാതെ താൻ ഭീമപുത്രി എന്നും നളമഹിഷി എന്നും കുറിപ്പെടുത്തിപ്പറയുകയുണ്ടായില്ല.

നളനാകട്ടെ, ഭൈമിയെയും ഉപേക്ഷിച്ച് കാട്ടിൽ ചുറ്റിനടക്കുമ്പോൾ കാട്ടുതീയുടെ നടുക്കുനിന്നും ഒരാൾ തന്റെ പേരും വിളിച്ചു നടക്കുന്നതുകേട്ട് അടുത്തുചെന്ന് വിളിച്ചതു കാർക്കോടകനെന്ന നാഗരാജാവെന്നറിഞ്ഞ്, അവനെ കാട്ടുതീയിൽ നിന്നും രക്ഷപ്പെടുത്തി. 'താൻ ശ്രീനാരദനെ വഞ്ചിച്ചതിനാൽ ശാപത്തിൽ നിന്നും ഇപ്പോൾ മോചിതനായി' എന്നു പറഞ്ഞ് കാർക്കോടകൻ നളനോടു തന്നെ എടുത്തുകൊണ്ട് ഒരു പത്തടി എണ്ണിക്കൊണ്ടു നടക്കാൻ ആജ്ഞാപിച്ചു. നളൻ അപ്രകാരം ചെയ്തപ്പോൾ 'ദശ' എന്ന ഉച്ചരിച്ച ക്ഷണത്തിൽ അവനെ കടിച്ചു. സർപ്പദംശത്താൽ നളൻ വിരൂപനായിത്തീർന്നു. നാഗരാജൻ പിന്നീട് തന്റെ ദംശം നളനെ ആവേശിച്ചിരിക്കുന്ന ദുഷ്ടഭൂതത്തെ ബാധിക്കാനാണെന്നും , വൈരൂപ്യം തൽക്കാലം ജനങ്ങൾ കണ്ടറിയാതിരിപ്പാൻ ഉപകരിക്കുമെന്നും, തന്നെ സ്മരിച്ചുകൊണ്ട് താൻ കൊടുത്ത വസ്ത്രയുഗ്മത്തിൽ ഒന്നുടുത്താൽ സ്വന്തംരൂപം വീണ്ടും പ്രാപിക്കാമെന്നും നളനെ ആശ്വസിപ്പിച്ച് , വരങ്ങളും കൊടുത്ത്, ബാഹുസംജ്ഞനായ സൂതനെന്നു പറഞ്ഞ് ഋതുപർണ്ണനെ പോയി സേവിച്ചാൽ അദ്ദേഹത്തിന്റെ പക്കൽ നിന്ന് അക്ഷഹൃദയവിദ്യ അറിയാനും, അതു നിമിത്തം ഭൂതാവേശം നീങ്ങി ദമയന്തിസംഗമം ലഭിപ്പാനും ഇടയാകുമെന്നും ഉപദേശിക്കുകയും ചെയ്തിട്ട് അന്തർദ്ധാനം ചെയ്തു. അപ്രകാരം നളൻ ഒൻപതുദിവസത്തെ വഴി കടന്നു പത്താം ദിവസം കോസലത്തിലെത്തി ഋതുപർണന്റെ സൂതനായി വാഴുകയും ചെയ്തു. അവിടെ നളന് വാർഷ്ണേയൻ, ജീവലൻ എന്ന രാജസൂതന്മാർ സഖികളായിരുന്നു. അതിൽ ജീവലൻ എന്നവൻ ദിവസംപ്രതി രാത്രിയിൽ നളൻ.,

"ക്വ നു സാ ക്ഷുത്പിപാസാർത്താ ശ്രാന്താ ശേതേ തപസ്വിനീ
സ്മരന്തീ തസ്യ മന്ദസ്യ കം വാ സാദ്യോപതിഷ്ഠതി"[1]

1 പൈദാഹമാസ്ഥളർന്നോളാപ്പാമെങ്ങു കിടപ്പതോ?
ആ മന്ദനെസ്സ്മരിച്ചും കൊണ്ടാരെസ്സേവിച്ചിടുന്നിതോ?
(ശ്രീമഹാഭാരതം - കുഞ്ഞിക്കുട്ടൻ തമ്പുരാന്റെ വിവർത്തനം)

എന്നൊരു ശ്ലോകവും ചൊല്ലി വിലപിക്കുന്നതു കേട്ട് സംഗതി ചോദിക്കുകയും നളൻ പേരുകൾ പറയാതെ നടന്ന കാര്യമെല്ലാം അന്യപരമായിട്ട് അവനോട് പറയുകയും ഉണ്ടായി.

ഇങ്ങനെ ദമയന്തിയും നളനും വേഷംമാറി ചേദിപുരിയിലും കോസലത്തിലും വസിക്കവേ നളന്റെ രാജ്യഭ്രംശം കേട്ട് ഭീമരാജാവ് ഭൈമിനളന്മാരെ തിരയാൻ അയച്ച ബ്രാഹ്മണരിൽ സുദേവൻ എന്നപേരായ ഒരുവൻ ചേദിപുരിയിൽ ഭൈമിയെ കണ്ടെത്തി. പിന്നീട് സൈരന്ധ്രി, തന്റെ സ്വപുത്രിയായ ഭൈമിയാണെന്നറിഞ്ഞ് അനുശോചിച്ച രാജമാതാവിന്റെ അനുമതിയോടുകൂടി ദമയന്തി രഥമേറി കുണ്ഡിനത്തിൽ പിതൃസമീപത്തുചെന്നു താമസിച്ചു. അവിടെ നിന്ന് സകലദിക്കുകളിലും നളനെ അന്വേഷിപ്പാൻ ബ്രാഹ്മണരെ നിയോഗിച്ചു. അവർ രാജ്യസഭകളിലെന്നല്ല, നാലുപേർ കൂടുന്ന ഇടങ്ങളിലെല്ലാം ചെന്നു.

"ക്വ നു ത്വം കിതവ! ഛിത്വാ വസ്ത്രാർദ്ധം പ്രസ്ഥിതോ മമ
ഉത്സൃജ്യ വിപിനേ സുപ്താമനുരക്താം പ്രിയാം പ്രിയ
സാ വൈ യഥാ ത്വയാ ദിഷ്ടാ തഥാസ്തേ ത്വത്പ്രതീക്ഷിണീ
ദഹ്യമാനാ ഭൃശം ബാലാ വസ്ത്രാർദ്ധേനാഭിസംവൃതാ
തസ്യാ രുദന്ത്യാ സതതം തേന ശോകേന പാർത്ഥിവത....
പ്രസാദം കുരു വൈ വീര! പ്രതിവാക്യം വദസ്വ ച"[2]

ഇങ്ങനെ ഒരു ശ്ലോകം ചൊല്ലിയാൽ അതിനുത്തരം പറയുന്നവന്റെ ഊരു പേരും മറ്റുമെല്ലാം അറിഞ്ഞു വരണമെന്നായിരുന്നു ദമയന്തിയുടെ സന്ദേശം. ഇപ്രകാരം പലരും പല സ്ഥലങ്ങളിലും ദീർഘകാലം തേടിനടന്നതിൽ പർണ്ണാദൻ എന്ന ബ്രാഹ്മണൻ ഋതുപർണ്ണസഭയിൽ ചെന്നു ശ്ലോകം ചൊല്ലിയതിനാൽ ഒരു വിരൂപനായ ബാഹുകാഖ്യൻ, സൂതൻ അതിനുത്തരം പറഞ്ഞതിനെ ദമയന്തിയോടു വന്ന് അറിയിച്ചു. ഉത്തരം താഴെ കാണുന്ന പ്രകാരമാകുന്നു:

"വൈഷമ്യമപി സംപ്രാപ്യാ ഗോപയന്തി കുലസ്ത്രിയഃ
ആത്മാനമാത്മനാ സദ്യോ ജിതഃ സ്വർഗ്ഗോ ന സംശയം
രഹിതാ ഭർത്തൃഭിശ്ചൈവ ന ന കുപ്യന്തി കദാചന
പ്രാണംശ്ചാരിത്രകവചാൻ പരീപ്രേപ്സോഃ ശകുനൈർ ഹൃതവാസസഃ
ആധിഭിർദഹ്യമാനസ്യ ശ്യാമാ ന ക്രോദ്ധുമർഹതി" [3]

---

2 "എൻ വസ്ത്രാർദ്ധമറുത്തുംകൊണ്ടെങ്ങു പോയിച്ചു ധൂർത്ത! നീ
കാട്ടിൽക്കിടന്നുറങ്ങീടും പ്രിയയേ വിട്ടു ഹേ, പ്രിയ!
നീ കണ്ടമട്ടുതാൻ നില്പൂ നിന്നെത്താൻ കാത്തുകൊണ്ടവൾ
ഏറ്റമുൾച്ചുടേറ്റു ബാല വസ്ത്രാർദ്ധം ചുറ്റിയങ്ങനെ
ആ സങ്കടത്താൽ കരയുമവളിൽ ചെറ്റു മന്നു, നീ
പ്രസാദിക്കണമേ വീര, മറുവാക്കരുളേണമേ!"

3 "വൈഷമ്യമെങ്കിലും ഗോപിച്ചീടുമേ കുലനാരികൾ
തന്നെത്താൻതന്നെ സ്ത്ര്യംതാൻ ജയിപ്പൂ വാനസംശയം.
ഭർത്താക്കൾ പോകിലുമവർ കോപിച്ചീടില്ലൊരിക്കലും
പാതിവ്രത്യച്ചട്ടയിട്ടോർ ജീവിക്കും വാരനാരികൾ
വിഷമത്തിൽപ്പെട്ടു മൂഢൻ സുഖംകെട്ടുഴലുന്നവൻ

ഇതുകേട്ട് അങ്കരിച്ച പ്രത്യാശയോടെ ഭൈമി അച്ഛനെ വിവരം അറിയിക്കാതെ സുദേവനെ വരുത്തി മാതൃസന്നിധിയിൽവെച്ച് ഇപ്രകാരം സന്ദേശിച്ചു. "അങ്ങ് ഒരു വഴി യാത്രക്കാരന്റെ നിലയിൽ അയോദ്ധ്യയിൽ ചെന്ന്, നളൻ ജീവിച്ചിരിക്കുന്നോ ഇല്ലയോ എന്നിറിഞ്ഞില്ല; ദമയന്തിയ്ക്ക് പുനർവിവാഹം നടക്കുന്നു. നാളെയാണ് സ്വയംവരം. അതിലേക്ക് രാജാക്കന്മാരെല്ലാവരും പോകുന്നു എന്നു പറയണം". സുദേവൻ അപ്രകാരം ആചരിക്കുകയും ചെയ്തു.

പണ്ടേതന്നെ ഭൈമീകാമുകനായിരുന്ന ഋതുപർണ്ണൻ ഉടൻ ബാഹുകനെ വിളിച്ചു തനിക്കു ദമയന്തിയെ വരിപ്പാൻ സന്ധ്യയ്ക്കുമുമ്പു കുണ്ഡിനത്തിലെത്തത്തക്കവണ്ണം കുതിരകളെ തെരഞ്ഞെടുത്തു രഥം സജ്ജീകരിക്കാൻ ആജ്ഞാപിച്ചു. ബാഹുകൻ ഇതുകേട്ട് ചിന്താകുലനായിട്ട് ഏതായാലും കുണ്ഡിനത്തിൽ ചെല്ലുന്നത് തനിക്കും നന്നുതന്നെ എന്നുറച്ചു. കണ്ടാൽ ശോച്യങ്ങളും കരുത്തുള്ളവയുമായ രണ്ടു കുതിരകളെ പൂട്ടി രഥവും കൊണ്ടുവന്നു. രാജാവിനു കുതിരകളെപ്പറ്റി സന്ദേഹമുണ്ടായെങ്കിലും ബാഹുകൻ തേരു തെളിച്ചിപ്പോൾ അതൊക്കെ നീങ്ങി. എന്നല്ല, വേഗംകൊണ്ട് വിസ്മയവും അതിരു കവിഞ്ഞു. രഥത്തിൽ രാജാവിനു പരിവാരമായിട്ട് വാർഷ്ണേയൻ മാത്രമേ ഉണ്ടായിരുന്നുള്ളു. അവൻ കുതിരകളുടെ വേഗം കണ്ട് ബാഹുകൻ അശ്വഹൃദയജ്ഞനായ നളൻ തന്നെ ആയിരിക്കാമെന്നു സംശയിച്ചു. വിസ്മിതനായ ഋതുപർണ്ണൻ കൈവിട്ടുപോയ ഉത്തരീയം എടുക്കുന്നതിലേയ്ക്കു രഥം നിർത്താൻ ആവശ്യപ്പെട്ട സമയം 'അതിപ്പോൾ ബഹുയോജന വഴി പിറകിൽ ആയിപ്പോയി' എന്നു ബാഹുകൻ വിസമ്മതിച്ചു. അനന്തരം കുറേ കഴിഞ്ഞു ഒരു താന്നിമരം കണ്ടപ്പോൾ രാജാവു മത്സരത്തിലെന്നപോലെ ഹേ, ബാഹുക, എന്റെയും സാമർത്ഥ്യം നോക്കുക:

'സർവ്വഃ സർവ്വം ന ജനാതി സർവ്വജ്ഞോ നാസ്തി കശ്ചന
നൈക്രത പരിനിഷ്ഠാസ്തി ജ്ഞാനസ്യ പുരുഷേ ക്വചിത്'[4]

എന്ന് ആരംഭിച്ചുകൊണ്ട് താന്നിമരത്തിൽ ഇത്ര ഇലയും ഇത്ര കായും ഉണ്ടെന്ന് ക്ലിപ്തപ്പെടുത്തിക്കഴിഞ്ഞു. ബാഹുകൻ അതെണ്ണിനോക്കി പരീക്ഷിപ്പാൻ രഥം നിർത്തിയപ്പോൾ രാജാവിന് ഇതുമൂലം താമസം വന്നെങ്കിലോ എന്ന ഭയമായി. അവർ തമ്മിൽ പല തർക്കങ്ങളും കഴിഞ്ഞതിന്റെ ശേഷം രാജാവ് ബാഹുകന് അക്ഷഹൃദയം ഉപദേശിച്ചു. പ്രത്യുപദേശം ചെയ്യുന്നത് സൗകര്യത്തിൽ മതിയെന്നും തീർച്ചപ്പെടുത്തി. അക്ഷഹൃദയം നളൻ ഗ്രഹിച്ച ഉടനെ കലി നളന്റെ ദേഹത്തുനിന്നിറങ്ങി. നളൻ അവനെ ശപിക്കാൻ ഭാവിച്ചു. ശരണം പ്രാപിച്ചതിനാൽ ഉപേക്ഷിക്കുകയും ചെയ്തു. നളനാമോച്ചാരണം ചെയ്യുന്നവരെ താൻ ബാധിക്കില്ലെന്നു പ്രതിജ്ഞ ചെയ്ത്, കലി നളദേഹത്തിൽനിന്നു താന്നിമരത്തിൽ പ്രവേശിച്ചു. അന്നു മുതലാണ് താന്നിവൃക്ഷത്തിന്ന് 'കലിദ്രുമം' എന്ന പേർ ലഭിച്ചത്. നളൻ വേഗേന,

---

അവൻ ത്യജിക്കിലുമവളതിൽ കോപിച്ചുകൊള്ളലാ"

4 'അറിയില്ലാരുമേ സർവ്വം സർവ്വജ്ഞൻ മന്നിലില്ലൊരാൾ
ജ്ഞാനമെല്ലാമൊരുവനിലൊക്കുകെന്നതസംഭവം".

സംഗതിയൊന്നും അറിയാതെ കാത്തുനിന്നിരുന്ന രാജാവിന്റെ അടുക്കൽ മടങ്ങി വന്ന് രഥം പൂർവ്വാധികവേഗത്തിൽ ഓടിച്ച് അസ്തമയത്തിനുമുമ്പ് കുണ്ഡിനപുരത്തിൽ എത്തിക്കുകയും ചെയ്തു.

അയോദ്ധ്യാധിപതി വന്നിരിക്കുന്ന വിവരം കേട്ട് ഭീമരാജാവു ചെന്നെതിരേറ്റ് അതിഥിയെ സത്കരിച്ചു. എന്നാൽ സ്വയംവരത്തിന്റെ വട്ടമൊന്നും കാണാഞ്ഞു ഭഗ്നാശനായ ഋതുപർണ്ണന്, ഇത്ര ദൂരത്തുനിന്ന് ഇത്ര ബദ്ധപ്പെട്ടുവന്നതിന്റെ കാരണം ഭീമരാജാവു ചോദിച്ചതിനു, സൗഹാർദ്ദംകൊണ്ടു സന്ദർശിപ്പാൻ വന്നതേയുള്ളുവെന്നല്ലാതെ ഉത്തരമൊന്നുമില്ലായിരുന്നു. ഭൈമിയാകട്ടെ, പരിചിതമായ നളന്റെ രഥഘോഷം കേട്ട് ഭർത്തൃസന്ദർശനകൗതുകത്തോടെ മാളികയിൽ നോക്കിനിന്നു. രഥം വന്നടുത്തപ്പോൾ അഭിജ്ഞാതന്മാരായ ഋതുപർണ്ണനും വാർഷ്ണേയനും കൂടാതെ വിരൂപനായ ബാഹുകനെ അതിലുള്ളു. ഭൈമി നിരാശപ്പെട്ടു. ഒരുവേള സാരഥിയായിരുന്ന വാർഷ്ണേയനേയും നളൻ അശ്വഹൃദയം അഭ്യസിപ്പിച്ചിരിക്കാമോ എന്നും മറ്റും പല തർക്കങ്ങളും തുടങ്ങി. ഏതായാലും ബാഹുകനെ ഒന്നു പരീക്ഷിക്കാമെന്നുറച്ച്, പിന്നീട് കേശിനി എന്നൊരു ദൂതിയെ അവന്റെ അടുക്കൽ അയച്ചുനോക്കി. പുഷ്പങ്ങൾ അവൻ മർദ്ദിച്ചാൽ വാടുന്നില്ലെന്നു കണ്ടറിഞ്ഞു. എന്നുവേണ്ട, സകല പരീക്ഷകളും കഴിച്ചു. ഇത്രയും കഴിഞ്ഞശേഷം ഭൈമി മാതാപിതാക്കന്മാരുടെ അനുമതിയോടുകൂടി ബാഹുകനെ ആളയച്ചുവരുത്തി സ്വയമേ ചോദ്യങ്ങൾ ചെയ്തു.

> "പൂർവ്വം ദൃഷ്ടാസ്ത്വയാ കശ്ചിദ്ധർമ്മജ്ഞോ നാമ ബാഹുകഃ
> സുപ്താമുത്സൃജ്യ വിപിനേ ഗതോ യഃ പുരുഷഃ സ്ത്രിയം
> അനാഗസം പ്രിയാം ഭാര്യാം വിജനേ ശ്രമമോഹിതാം
> അപഹായ തു ഗച്ഛത് പുണ്യശ്ലോകമൃതേ നളം". [5]

ഇതിനുത്തരമായി നളൻ,

> *"മമ രാജ്യം പ്രനഷ്ടം യന്നാഹം തത് കൃതവാൻ സ്വയം*
> *കലിനാ തത് കൃതം ഭീരു യച്ച ത്വാമഹമത്യജം"* [6]

എന്നു സംഗതിയുടെ വാസ്തവമെല്ലാം വിവരിച്ചിട്ട് "നിന്റെ ശാപബലം കൊണ്ടും എന്റെ വ്യവസായം കൊണ്ടും ആ കലി ഇപ്പോൾ എന്നെ വിട്ടിരിക്കുന്നു. ഞാൻ നിന്റെ അടുക്കൽ വരികയും ചെയ്തു. എന്നാൽ നീ രണ്ടാമതു സ്വയംവരം നിശ്ചയിച്ചത് കുലസ്ത്രീക്കുചിതമല്ല" എന്നുപന്യസിച്ചു. അനന്തരം ബാഷ്പാകുലനായ ഭൈമി തന്റെ പ്രവർത്തിയുടെ ഉദ്ദേശമെല്ലാം ബാഹുകനെ ബോധ്യപ്പെടുത്തി. ഉറപ്പിനുവേണ്ടി ലോകസാക്ഷികളായ ദേവന്മാരെക്കൊണ്ട് ആണയിട്ടപ്പോൾ വായുഭഗവാൻ,

> "രാജൻ! ശീലനിധിഃ സ്ഥിതോ ദമയന്തിയാ സുരക്ഷിതഃ

---

5 "ഭവാൻ കണ്ടവനോ മുന്നം ധർമ്മജ്ഞൻ ഹന്ത ബാഹുക!
ഉറങ്ങും പെണ്ണിനെക്കാട്ടിലിട്ടു പോയോരു മർത്ത്യനെ?
വിജനേ ശ്രാന്തയായ് മങ്ങും കുറ്റമറ്റിഷ്ടപത്നിയെ
പുണ്യശ്ലോകൻ നളനൊഴിഞ്ഞാരുപേക്ഷിച്ചുപോയിടും?"

6 "എന്റെ രാജ്യം പോയതു ഞാൻ തനിയേ ചെയ്തതല്ലെടോ
കലി ചെയ്തതും ഭീരു, നിന്നെ ഞാൻ കൈവെടിഞ്ഞതും"

സാക്ഷിണോ രക്ഷിണശ്ചാസ്യാ വയം ത്രീൻ പരിവത്സരാൻ"[7]

എന്ന് അശരീരിവാക്കുകൊണ്ട് അവളുടെ വാക്കിനെ സ്ഥിരപ്പെടുത്തി. ആകാശത്തിൽ പുഷ്പവൃഷ്ടി മുതലായതും ഉണ്ടായി. സന്തുഷ്ടനായ നളൻ കാർക്കോടകനെ സ്മരിച്ചുകൊണ്ട് തദ്ദത്തമായ വസ്ത്രം ധരിച്ച് സ്വന്തംരൂപം പ്രാപിച്ച തപസ്വിനിയായ ഭൈമിയെ ആലിംഗനം ചെയ്തു.

പിറ്റേന്നാൾ രാവിലെ വിവരമറിഞ്ഞ് ദമ്പതികൾ പുത്രരോടുകൂടി ഭീമ രാജാവിനെ കണ്ടു പൗരന്മാർ വിവരമറിഞ്ഞ് പുരത്തിൽ ഉത്സവഘോഷം തുടങ്ങി. ഋതുപർണ്ണനും സന്തോഷിച്ചു നളനോട് മാപ്പുചോദിച്ചു. നളൻ അദ്ദേഹത്തെ സത്കരിച്ച്, അശ്വഹൃദയവും ഉപദേശിച്ച് സ്വപുരത്തിലേയ്ക്കു പറഞ്ഞയച്ചു. ഒരു മാസക്കാലം കാന്തയുമൊരുമിച്ച് കുണ്ഡിനത്തിൽത്തന്നെ രമിച്ചതിനു ശേഷം നളൻ ഒരു ചെറിയ സേനയോടുകൂടി സ്വപുരത്തിൽ ചെന്ന് പുഷ്കരനെ ചൂതിനു വിളിച്ചു. 'ദ്യൂതം അല്ലെങ്കിൽ യുദ്ധം' എന്നു നളൻ പോരിനുവിളിച്ചതിൽ,'പുഷ്കരൻ ചൂതുതന്നെ കൊള്ളാമെന്നുറച്ചു പൊരുതാൻ തുടങ്ങി. രാജ്യവും ധനവും മാത്രമല്ലാ, പ്രാണനുംകൂടി പണയം പറഞ്ഞു; എല്ലാത്തിലും തോൽക്കുകയും ചെയ്തു. കൃപാനിധിയും ധാർമി കനുമായ നളൻ അപരാധമെല്ലാം കലികൃതമായിരുന്നല്ലോ എന്നുള്ള ബോധത്തോടെ പുഷ്കരനു മാപ്പുകൊടുത്തു. അവനെ സത്ക്കരിച്ച് സ്വഗൃ ഹത്തിലേക്കു പറഞ്ഞയച്ചു. അനന്തരം ആളകമ്പടിക്കാരെയും സൈന്യങ്ങ ളെയും അയച്ച് ഭൈമിയെയും വരുത്തി പ്രവർത്തമഹോത്സവമായ പുരം പ്രവേശിച്ച് പൂർവ്വാധികപ്രൗഢിയോടെ രാജ്യവും വാണു.

ഇതിവൃത്തം

മേൽക്കാണിച്ച പ്രകാരമാകുന്നു നളചരിതത്തിന്റെ പുരാണകഥ. ഇത് ഭാരതം വനപർവ്വത്തിൽ ദ്യൂതത്തിൽ തോറ്റു കാട്ടിൽ താമസിക്കുന്ന പാണ്ഡവരെ പല മഹർഷിമാരും വന്ന് പല ഉപാഖ്യാനങ്ങളും ആഖ്യാനം ചെയ്ത് ആശ്വസിപ്പിക്കുന്ന കൂട്ടത്തിൽ ബൃഹദശ്വൻ എന്ന മുനി പറയുന്ന താകുന്നു. 'നളോപാഖ്യാനം' വനപർവ്വത്തിൽ 52 മുതൽ 79 വരെയുള്ള 28 അദ്ധ്യായങ്ങളെ ക്രോഡീകരിക്കുന്ന ഒരു പർവ്വമായിട്ടാണ് കാണുന്നത്. പുരാ ണകഥാശരീരത്തിൽ ആട്ടക്കഥാകർത്താവ് യാതൊരുഭേദവും ചെയ്തിട്ടില്ല. ബാഹ്യവേഷത്തിൽ മാത്രം വിശേഷങ്ങൾ കാണും. അതിലേയ്ക്കു കാരണം രണ്ടു പേരുടെയും ഉദ്ദേശത്തിലുള്ള അന്തരമാകുന്നു. മഹർഷിദ്യൂതദോഷ ങ്ങൾ ദൃഷ്ടാന്തപ്പെടുത്തുന്നതിനായിട്ടാണ് ഉപാഖ്യാനം നിർബന്ധിക്കുന്നത്. സരസവാസ്തവകഥയെ സംവാദരൂപേണ നിർമ്മിച്ച് രംഗത്തു പ്രയോഗിപ്പിച്ച് സജ്ജനന്മാരെ വിനോദിപ്പിക്കുന്നതിലാണ് കവിയുടെ സംരംഭം. ഒന്നാം ദിവസത്തെ കഥ എഴുതുന്നതിൽ കവി നൈഷധകാവ്യത്തെയാണ് അധികം അവലംബിച്ചിരിക്കുന്നത്. ദേവദാനവയക്ഷരക്ഷോ ഗന്ധർവ്വകിന്നരാദിക ളെയെല്ലാം സ്വയംവരമണ്ഡപത്തിൽ വരുത്തി നിരത്തിയതും, അവരെയൊ ക്കെ ചൂണ്ടിക്കാണിക്കുന്നതിന് സരസ്വതിയെ നിയമിച്ചതും ശ്രീഹർഷനെ

7 രാജൻ! പാതിവ്രത്യനിധി രക്ഷിച്ചു ദമയന്തിതാൻ
മൂവ്വാണ്ടിവൾക്കു രക്ഷിച്ച സാക്ഷിസ്ഥാനത്തു ഞങ്ങളാം."

അനുസരിച്ചാണ്. ദൂതുപറയുന്ന നളനെക്കൊണ്ടു ഊരും പേരും വിളിച്ചുപറയിക്കാത്തതു കേവലം ഔചിത്യം വിചാരിച്ചിട്ടാണ്. "സ്നേഹംകൊണ്ടെവരുമൊന്നല്ലോ നാം" എന്നിത്യാദി ശ്ലിഷ്ടവാക്കുകൾ നളനെ വ്യാമോഹിപ്പിച്ചിട്ട് അവന്റെ വേഷം കെട്ടി ഇന്ദ്രാദികൾ മണ്ഡപത്തിൽ ചെന്നിരിക്കട്ടെ എന്ന് കല്പിച്ചത് ഒരു കവി ധർമ്മമെന്നേയുള്ളൂ. സ്വയംവരാവസരത്തിൽ അസുരരാക്ഷസസംവാദം നിബന്ധിച്ചതിന്റെ ഉദ്ദേശ്യം ഒന്നാംദിവസത്തെ കഥയ്ക്ക് ഏകാന്തസാമ്യതയെ ക്രൂരവേഷങ്ങളുടെ പുറപ്പാടുകൊണ്ട് പരിഹരിക്കാമെന്നു മാത്രമായിരിക്കാം. പുരാണത്തിൽ കാണാത്ത നാരദന്റെ വരവ് ആദിയിലും അവസാനത്തിലും ചേർത്തത് നാടകീയകഥാവസ്തുവിനും ഒരു നിർവ്വാഹകനെ സമ്പാദിക്കാനാകുന്നു. ശ്രീനാരദൻ പറഞ്ഞിട്ടാണ് നളൻ ദമയന്തിയെ ആഗ്രഹിക്കുന്നത്. ലോകത്തിലുള്ള വീരന്മാരെല്ലാം ഒന്നിച്ചുകൂടുന്ന സ്വയവരമണ്ഡപത്തിൽ കലഹമുണ്ടാകാതിരിക്കണമെന്നു കരുതലോടുകൂടി ഇന്ദ്രാദികളെ പറഞ്ഞിളക്കി അവിടെ അയച്ച് സ്വയംവരം നിർവിഘ്നമായി നടത്തിക്കുന്നതും നാരദനാണ്. ഇന്ദ്രാദികൾ പ്രത്യക്ഷമായി വന്നിരുന്നു നളനു വരം കൊടുക്കുന്നതു കണ്ടിട്ടില്ലയോ രാജാക്കന്മാർ നളന്റെ ഭൈമിലാഭം ഈശ്വരകല്പിതമാണെന്നു സമാധാനപ്പെട്ട് അടങ്ങിയിരുന്നത്. കാർക്കോടകന് നളൻപക്കൽ നിന്നും ശാപമോക്ഷം നാരദൻ കല്പിച്ചതിലാണ് ആ നാഗം നളന് ആപത്തിൽ ഉപകരിക്കുന്നത്. അവസാനത്തിലും നാരദൻ സമയത്തിനെത്തി ബ്രഹ്മസന്ദേശം അരുളിചെയ്ത് നളനെ ആശ്വസിപ്പിക്കുന്നു. ഈവിധം കഥാനിർവ്വാഹകനായിട്ടാണ് നാരദനെ വച്ചിരിക്കുന്നത്. സ്വർണ്ണഹംസത്തെയും കൂടി രണ്ടാമത് ഒടുവിൽ പ്രവേശിപ്പിച്ചതിന് വലിയ പ്രയോജനമൊന്നും കാണുന്നില്ല. അപരാധി വസ്തുതയിൽ പുഷ്കരനല്ല, മാപ്പു കൊടുപ്പാൻ പോരാത്തപക്ഷത്തിലും ശ്രീനാരദനെ അയയ്ക്കുന്ന സ്ഥിതിയ്ക്ക് ഈ സന്ദേശവും ബ്രഹ്മാവിന് ഒരു മഹർഷിയോടുതന്നെ പറഞ്ഞുവിട്ടാൽ മതിയായിരുന്നു. നാരദൻ വരുമ്പോൾ ഹംസം 'സരസി ചെന്നു വിരുന്നുമുണ്ടു വരുന്നു ഞാൻ' എന്നു പറയുന്നതു കേട്ടാൽ ഹംസത്തെ പ്രവേശിപ്പിച്ചിട്ട് അതിനെ പിരിച്ചയയ്ക്കാൻ കവി ശ്രമപ്പെടുന്നതുപോലെ തോന്നും.

പ്രധാനഭാഗങ്ങളിലെല്ലാം കവി പുരാണത്തെ ബഹുനിഷ്ഠയോടെ അനുസരിക്കുന്നുണ്ടെന്ന് കഥാസംഗ്രഹത്തിൽ മൂലത്തിൽ നിന്നും ഉദ്ധരിച്ചുകാണിച്ചിട്ടുള്ള ശ്ലോകങ്ങൾകൊണ്ടു സ്പഷ്ടമാകും. ദമയന്തി ബ്രഹ്മണരോടു പറഞ്ഞയയ്ക്കുന്ന വാചകങ്ങൾ, നളനും ജീവലനും തമ്മിലുള്ള സംവാദം, നളൻ പർണ്ണാദനോടു പറഞ്ഞയയ്ക്കുന്ന മറുപടി, ഇത്യാദിയെല്ലാം മഹർഷിവാക്യത്തിന്റെ തർജ്ജമകൾ തന്നെ ആകുന്നു. ഈ മൂലസംവാദത്തെ അനുഭവപ്പെടുത്താൻ തന്നെ ഭാരതപങ്ക്തികൾ കഥാസംഗ്രഹത്തിൽ പലേടത്തും ഉദ്ധരിച്ചത്. "ദശപദഃ ശ്രുവണേ കൃതദംശ" ഇത്യാദി സ്ഥലങ്ങളിൽ കഥ വളരെ ചുരുക്കിയിട്ടുണ്ട്. ഭൈമി ഒറ്റയായിട്ടു കാട്ടിൽ നടന്നപ്പോൾ ആശ്രമം കണ്ടതും അതിൽ പ്രവേശിച്ചതും മറ്റും "ഋഷിഭിഃ സാന്ത്വിതാ" എന്നൊരു വിശേഷണം കൊണ്ട് ശ്ലോകത്തിൽ കഴിച്ചു.

നൃത്യനാടകത്തിൽ നായകൻ നളൻ, നായിക ദമയന്തി, കലി പ്രതിനായകൻ, അംഗിയായ രസം ശൃഗാരം. ഭൈമിനളന്മാരാകുന്ന ആലംബനവിഭാവങ്ങളെ ആശ്രയിച്ചു നില്ക്കുന്ന രതി എന്ന സ്ഥായീഭാവം പരസ്പരഗുണശ്രവണത്താൽ ഉപദേശത്തിലും ഹംസത്തിന്റെ ദൂത്യാലും സ്ഥിരീഭവിച്ചു. കുറച്ചുകാലം അഭിലാഷവിപ്രലംഭദശയിൽ ഇരുന്നു വർദ്ധിച്ചിട്ട്, നളന്റെ ഇന്ദ്രാദികൾക്കുവേണ്ടിയുള്ള ദൗത്യം മുതലായുള്ള പ്രബലവിഘ്നങ്ങളുടെ അവസാനത്തിൽ പറിച്ചു നട്ടതുപോലെ പൂർവ്വാധികപ്രൗഢിയോടുകൂടെ വേരൂന്നിപ്പടർന്ന്, സ്വയംവരമണ്ഡപത്തിൽ വച്ചു ഫലിക്കുന്നു. പിന്നീട് സ്വല്പകാലം സംഭോഗാവസ്ഥയിൽ ജാജ്ജ്വല്യമാനമായി പ്രകാശിച്ചതിന്റെ ശേഷം രാജ്യഭ്രംശാനന്തരം നളനുണ്ടാകുന്ന വ്യാമോഹമാകുന്ന വിരോധഭാവത്താൽ നിശ്ശേഷം കബളീകൃതമായെങ്കിലും കാർക്കോടകന്റെയും മഹർഷിയുടെയും ആശിസ്സുകളാൽ പ്രത്യുജ്ജീവിതയായിരിക്കുന്ന ആശയെ അവലംബിച്ച് മദ്ധ്യേ മദ്ധ്യേ കുറഞ്ഞൊന്നു മിന്നാമിനുങ്ങിനെ പ്പോലെ മിനുങ്ങിക്കൊണ്ട് പ്രവാസവിപ്രലംഭദശയിൽ മങ്ങിക്കിടന്നിട്ട്, കലിബാധാവ്യാമോഹത്തിന്റെ നിവൃത്തിയിൽ പൂർവ്വാധികപുഷ്ടിയോടെ സമുല്ലസിച്ച്, പുനസ്സമാഗമത്തിൽ വീണ്ടും സംഭോഗാത്മനാ പ്രത്യക്ഷീഭവിക്കുന്നു. മറ്റുള്ള രസങ്ങളും അംഗമായിട്ടുണ്ട്. ചൂതിനായുള്ള പോരുവിളിയും മറ്റും വീരം; ദമയന്തിയുടെ വിലാപം മുതലായ ദിക്കുകളിൽ കരുണം; നളന്റെ കലിയോടുള്ള വാക്കുകൾ തുടങ്ങിയുള്ള സ്ഥലങ്ങളിൽ രൗദ്രം; വാർഷ്ണേയവാക്യമായ 'അയ്യോ ഇബ്ബാഹുകനാരയ്യ' ഇത്യാദി സന്ദർഭങ്ങളിൽ അത്ഭുതവും നിബന്ധിക്കപ്പെട്ടിരിക്കുന്നു.

കാലദേശങ്ങൾ

നാടകത്തിലെന്നപ്പോലെ കഥകളിൽ കാലദേശങ്ങളുടെ ഐക്യത്തെപ്പറ്റി നിർബന്ധമില്ല. ഓരോ ദിവസത്തെ കഥയും അന്നന്നു നടക്കുന്നതുപോലെയാണ് കഥകളിയിലെ ഭാവനയെന്നു തോന്നുന്നു.വാസ്തവമായ കാലം പത്തുപതിനഞ്ചു സംവത്സരമുണ്ട്. ഒന്നാം ദിവസത്തെ കഥ ഒരുവർഷത്തിനുള്ളിൽ നടന്നതായിരിക്കണം. നാരദന്റെ വരവു കഴിഞ്ഞിട്ട് ഹംസത്തെ കാണുന്നതുവരെയുള്ള ഇട അധികം ദീർഘമായിരുന്നിട്ടാവശ്യമില്ല. പിന്നീട് അന്നത്തെ കഥയിൽ ഭീമരാജാവിനു സ്വയംവരം നിശ്ചയിച്ചു വട്ടംകൂട്ടി നടത്താൻ വേണ്ടുന്ന സമയം മാത്രമെ ഉള്ളൂ. രണ്ടാംദിവസത്തെ ആരംഭം പൂർവ്വദിനകഥയെത്തുടർന്നു തന്നെയാണ്. എന്നാൽ, കലിപ്രേരിതനായ പുഷ്കരൻ നളനെ ചൂതിനു വിളിക്കാൻ വരുംമുമ്പ് ഭൈമിനളന്മാർക്ക് മുലകുടിമാറിയ ഒരു മകനും മകളും ഉണ്ടായിരുന്നു. പുരാണത്തിൽ നളനെ ബാധിക്കാൻ അവസരം നോക്കി കലി പതിനൊന്നു വർഷം കാത്തിരുന്നതായും പറയുന്നുണ്ട്.

അതിനാൽ ദ്യൂതം നടന്നത് വിവാഹാനന്തരം, കുറഞ്ഞപക്ഷം പന്ത്രണ്ടു സംവത്സരം കഴിഞ്ഞായിരിക്കണം. ചൂതുകളി തന്നെ നാലഞ്ചുമാസം കൊണ്ടാണ് അവസാനിച്ചത്. പിന്നെ ഭൈമി കാട്ടിൽ ചുറ്റിനടന്നകാലം നാലഞ്ചു ദിവസമായിരിക്കും. അതിന്റെ ശേഷം വണിക്സംഘത്തിൽ

ചേർന്ന് ചേദിപുരത്തിൽ സൈരന്ധ്രിയായി താമസിച്ചകാലവും നാലഞ്ചുമാസത്തിൽ കുറയുകയില്ല. മൂന്നാം ദിവസത്തെ കഥയുടെ മുതൽ ശ്ലോകത്തിൽ 'ജനിഭ്രുവി ദമയന്ത്യാം ജാതതാപം വസന്ത്യാം' എന്നു പറയുന്നതിന്, ഭൈമി പിതൃഗൃഹത്തിലെത്തിയതിന്റെ ശേഷമാണ് നളൻ അയോദ്ധ്യയിൽ ചെന്നത് എന്നിടത്തോളം താത്പര്യമില്ല. 'വ്യധിത ച ദമയന്തി വാസാമാശാം വഹന്തി' എന്നു മുൻദിവസത്തെ കഥാന്തത്തിൽ പറഞ്ഞുനിറുത്തിയതിനെ കഥാചേർച്ചയ്ക്കുവേണ്ടി ആവർത്തിച്ചുവെന്നേയുള്ളു. രണ്ടാംഭാഗത്തിൽ ദമയന്തിയുടെ പ്രകൃതം മുഴുവനും തുടർന്നു വിവരിച്ചിട്ട് മൂന്നാം ഭാഗത്തിൽ നളന്റെ പ്രവർത്തികൾ ചൊല്ലുവാൻ ആരംഭിക്കുന്നതിനുള്ള എടുപ്പാണിത്. നളൻ, കാർക്കോടകനെ കണ്ടത് ഭൈമിയെ ഉപേക്ഷിച്ചതിന്റെ പിറ്റേദിവസമോ അടുത്ത ദിവസമോ തന്നെ ആയിരിക്കാം. പിന്നെ പത്താംനാൾ അയോദ്ധ്യയിൽ ചെന്നുചേരുകയും ചെയ്യുന്നു. അതിനാൽ വാസ്തവത്തിൽ ദമയന്തി ചേദിരാജ്യത്തെത്തുംമുമ്പ് തന്നെ നളൻ അയോദ്ധ്യയെ പ്രാപിച്ചുകാണണം. നളൻ ദമയന്തിയെ കാട്ടിൽവെച്ച് ഉപേക്ഷിച്ചതിന്റെ ശേഷം അവൾ കുണ്ഡിനപുരത്തിൽ സമാഗമിക്കുന്നതുവരെ വേർപിരിഞ്ഞിരുന്ന കാലം മൂന്നു വർഷമാണെന്ന് 'സാക്ഷിണോ രക്ഷിണശ്ചാസ്യാ വയം ത്രീൻ പരിവത്സരാൻ' എന്നുള്ള അശരീരിവാക്കിലെ ഭാഗംകൊണ്ടും 'കാലം കല്യാണി മൂന്നുവർഷമായി നമ്മുടെ രാജ്യം ഖലലനുഭവിക്കുന്നു' എന്നുള്ള നളവാക്യം കൊണ്ടും സ്പഷ്ടമാകുന്നു. അതിനാൽ മൂന്നാംദിവസത്തെ കഥ മൂന്നിൽച്ചില്വാനം കൊല്ലങ്ങളെ വ്യാപിക്കുന്നു. നാലാംദിവസത്തെ കഥയുടെ ദൈർഘ്യം ഒരു മാസക്കാലമാണ്. ഇതു ദമയന്തീലാഭാനന്തരം നളൻ പുഷ്കരനെ ജയിച്ചു രാജ്യം വീണ്ടെടുക്കുന്നതുവരെ കുണ്ഡിനത്തിൽ താമസിച്ച അന്തരവുമാകുന്നു.

സ്ഥലാനുരൂപ്യ വിഷയത്തിൽ നാടകകവികൾപോലും അത്ര നിഷ്കർഷിക്കാറില്ല. കഥകളിയാകട്ടെ, ഒരു ദൃശ്യകാവ്യവുമല്ലാത്ത സ്ഥിതിയ്ക്ക് ഈ വക പ്രബന്ധത്തിൽ സ്ഥലത്തിന്റെ സംഗതി ആലോചിപ്പാനേയില്ല. ആട്ടം കാണുന്നവരിൽ പത്തിനൊമ്പതുപേരും രംഗത്തെപ്പറ്റി കേട്ടിട്ടേയില്ലാത്തവരായിരിക്കും. കഥ നടന്ന ഇടം കാടായാലും നഗരമായാലും സമുദ്രമായാലും ശരി, വിളക്കിന്റെ മുൻഭാഗം അരങ്ങ് എന്നേ ആട്ടക്കാർ വകവച്ചിട്ടുള്ളു. അരങ്ങെന്നാൽ എന്താണെന്നറിയാത്തവനൊരുവൻ ഒരാട്ടക്കാരനോടു പോയി ചോദിക്കുന്ന തായാൽ 'കാണികൾ ഇരിക്കുന്നത് എതിരായിട്ടുള്ള വിളക്കിന്റെ പുരോഭാഗം അരങ്ങ്' എന്നല്ലാതെ വേറെ ലക്ഷണമൊന്നും അവൻ പറയുമെന്നു തോന്നുന്നില്ല. രംഗസംവിധാനവും വേഷപരിഷ്കാരവും കൂടി ഏർപ്പെടുത്തിയാൽ ആട്ടം കുറഞ്ഞൊന്നുകൂടി ജനമനോരഞ്ജകമായി ത്തീരുമെന്നു തോന്നുന്നു. ഇപ്പോഴത്തെ സ്ഥിതിയിൽ രംഗസ്വഭാവം കഥാസാരസ്യംകൊണ്ട് ഊഹിക്കേണ്ടതാകുന്നു. ഒന്നാം ദിവസത്തെ കഥയിൽ 1. നിഷധരാജധാനിയിൽ സഭാമണ്ഡപം, 2. അവിടെത്തെ ഉദ്യാനം, 3. കുണ്ഡിനനഗരത്തിൽ ഉദ്യാനം, 4. സ്വർഗ്ഗത്തിൽ അമരാവതി, 5. കുണ്ഡിനത്തിലുള്ള വഴിയിൽ ഒരു ഘട്ടം, 6. കന്യാന്തഃപുരം, 7. സ്വയംവരമണ്ഡപം എന്നതാകുന്നു

രംഗവിഭാഗം. രണ്ടാംദിവസത്തെ രംഗം നിഷധരാജ്യത്താരംഭിച്ച് കാട്ടിന്റെ പല ഭാഗത്തും ചുറ്റി ചേദിപുരിയിൽ അവസാനിക്കുന്നു. മൂന്നാമത്തേതിൽ ആദ്യം കാട്, പിന്നെ അയോദ്ധ്യയും കുണ്ഡിനവും മാറിമാറി വരുന്നു. നാലിലെ അരങ്ങ് കുണ്ഡിനത്തിൽ പലഭാഗങ്ങളുമാകുന്നു; ഒടുവിൽ മാത്രം നിഷധ രാജധാനി.

പാത്രനിരൂപണം

ആട്ടക്കഥയ്ക്കു നാടകലക്ഷണങ്ങളുടെ പൂർത്തി ഇല്ലായ്കയാൽ കവികൾ കഥാപുരുഷന്മാരെ നിരൂപിക്കുന്നതിലും ശ്രദ്ധിക്കാറില്ല. പുരാണത്തിലെ പാത്രങ്ങൾ തന്നെ കഥകളിയിലും. കേശിനി എന്ന സഖിയും ജീവലൻ, വാർഷ്ണേയൻ എന്ന സൂതന്മാരുംകൂടി മഹർഷിയാൽ സമാമ്നാതന്മാരാകുന്നു. ചിലപാത്രങ്ങളെ മാത്രം കവി ഒന്നു തേച്ചുമിനുക്കിക്കാണും. വേദവ്യാസന്റെ കാട്ടാളനേക്കാൾ ഉണ്ണായിവാര്യരുടെ കാട്ടാളന് പാണ്ഡിത്യം മാത്രമല്ല, ലോകപരിജ്ഞാനവും അധികമുണ്ട്. അവൻ ഭൈമിയെ പ്രലോഭിപ്പിക്കാൻവേണ്ടി ചാർവ്വകസിദ്ധാന്തങ്ങൾ പ്രതിപാദിച്ചിട്ട് 'മനമങ്ങും മിഴിയിങ്ങും' എന്നെല്ലാം സ്ത്രീസ്വഭാവത്തെ നല്ല സമീക്ഷയോടെ വിവരിക്കുന്നു. ഹംസം ഒരു വിശേഷബുദ്ധിയുള്ള മനുഷ്യനേക്കാൾ സമർത്ഥനാണ്. നളൻ അവനെ ഉപദ്രവിക്കാതെ വിട്ടതേയുള്ളൂ. അതിലേക്കായി എത്ര വലിയ പ്രത്യുപകാരമാണ് അവൻ ഇങ്ങോട്ട് ചെയ്യുന്നത് ! അവനെ കൃതജ്ഞതയുടെ ഒരു അവതാരം എന്നുതന്നെ പറയാം. അവൻ ഭൈമിയുടെ അടുക്കൽ ചെന്ന് "ഇനിയൊരടി നടന്നാൽ കിട്ടുമേ കൈയ്ക്കുലെന്നും പ്രതിപദമപി തോന്നുംമാറും മന്ദം" നടക്കുന്നു. കൗശലത്തിൽ സഖിമാരെ അകറ്റീട്ടു കാര്യം ബഹുഭംഗിയായി ഉപന്യസിക്കുന്നു. ഭൈമിയുടെ "ചിത്തം പതിനഞ്ച്" അറിഞ്ഞുകൊണ്ട് അവൻ തൃപ്തപ്പെടുന്നത്.

> "താതനൊരു വരനു കൊടുക്കും നിന്നെ
> പ്രീതി നിനക്കുമുണ്ടാമവനിൽത്തന്നെ
> വിഫലമിന്നു പറയുന്നതെല്ലാം
> ചപലനെന്നു പുനരെന്നെച്ചൊല്ലാം"

എന്നെല്ലാം സ്ത്രീചാപല്യം എടുത്തുക്കാണിച്ച് "വാചാപി പറയിച്ചൊന്നിളക്കി വെച്ചുറപ്പിച്ചി"ട്ടാണ് അവൻ മടങ്ങി വരുന്നത്. ചാടുവാക്കുകളിൽ അവന്റെ നൈപുണ്യം അസാധാരണമാണ്. അവൻ "നളിനിമിഴിമാർക്കെല്ലാം നട പഠിക്കാൻ നളിനജന്മവചസാ നളനഗരത്തിൽ വാഴുന്നവൻ"ആണു പോലും. "ബന്ധുവാകിൽ വിപദി വേണ്ടൂ, ഭവ്യം വരുമ്പോൾ ആരില്ലാത്തൂ" എന്ന് അവന് നല്ല ബോധമുണ്ട്. അതുകൊണ്ട് നളന്റെ ആപത്തിൽ താൻ ഉപകരിക്കാഞ്ഞതിൽ വളരെ മനസ്താപപ്പെടുന്നു. ബ്രഹ്മാവുകൂടി അവന്റെ അടുക്കൽ സന്ദേശങ്ങൾ പറഞ്ഞയയ്ക്കുന്നു.

നളചരിതത്തിൽ നിന്നും അക്കഥ നടന്ന കാലത്തെ പല നടപടികളും ഗ്രഹിക്കാവുന്നതാണ്. ചൂതുകളിയ്ക്ക് അന്നു വളരെ പ്രചാരം ഉണ്ടായിരുന്നു. യുദ്ധത്തിലെന്നപോലെ ദ്യൂതത്തിനും ഒരുവൻ വന്നു വിളിച്ചാൽ പിൻവാങ്ങുന്നതു വീരന്മാർക്ക് ഇളപ്പമാണ്. "ദേവയാനം വിനോദനായ ദേവനിർമ്മിതം"

എന്നു പറയുന്നതു കേവലം

അതിശയോക്തി ആയിരിക്കാം. അക്കാലത്ത് കച്ചവടക്കാർ കൂട്ടമായിട്ട് ചേർന്ന് കരവഴിയായ് സൈന്യസമേതം ദൂരദേശങ്ങളിൽ സഞ്ചരിച്ചിരുന്നു. അവർക്ക് കാട്ടിലും മറ്റും പല ആപത്തുകളും നേരിട്ടിരുന്നു. പുരുഷന്മാർ മാത്രമല്ല സ്ത്രീകളും ആപത്തിൽ വേഷം മാറി നടന്നിരുന്നു. കുലസ്ത്രീകൾ ഉച്ഛിഷ്ടം ഭുജിക്കാതെ പരഗ്രഹത്തിൽ സൈരന്ധ്രിയായി താമസിക്കുന്നതിനു വിരോധം ഇല്ലായിരുന്നു. " കുലബാലികമാർക്കു നിയമനിഷ്ഠയും ചാരിത്ര മെന്നുള്ള ചട്ടയും" മതിയായിരുന്നു സ്വൈര്യ സഞ്ചാരത്തിൽ പാതിവ്രത്യം പരിപാലിക്കുന്നതിന്. സൂതചാരണമാഗധന്മാർക്കും ബ്രാഹ്മണർക്കും ഭയംകൂടാതെ എവിടെയും സഞ്ചരിക്കാമായിരുന്നു. ബ്രഹ്മണർക്ക് ഏതു രാജസഭയിലും നിഷ്പ്രതിബന്ധമായ പ്രവേശം ലഭിക്കും. സൂതൻ പാകം ചെയ്താൽ അന്നത്തെ ബ്രാഹ്മണർക്കും രാജക്കന്മാർക്കും ഭക്ഷിക്കുന്നതിനു വിരോധം കല്പിച്ചിട്ടില്ലായിരുന്നു. ദമയന്തിയുടെ പുനർവിവാഹവാർത്ത കേട്ട് പർണ്ണാദൻ വിശ്വസിക്കുന്നതിനാൽ കുലസ്ത്രീകൾക്ക് ദ്വിതീയവിവാഹം അവിഹിതമെന്നു പറവാനില്ലായിരുന്നു എന്നൂഹിക്കാം.

സാഹിത്യം

കവി

ഉണ്ണായിവാര്യർ, പ്രസിദ്ധനായ കുഞ്ചൻനമ്പ്യാരുടെ സഹജീവിയായിരുന്നു. നമ്പ്യാരും വാര്യരും ഒന്നിച്ചു വളരെക്കാലം തിരുവനന്തപുരത്തു രാജസഭയിൽ താമസിച്ചിരുന്ന കാലത്തെപ്പറ്റി പല ഐതിഹ്യങ്ങളുമുണ്ട്. ഈ മഹാകവികൾ തമ്മിൽ കണ്ടറിഞ്ഞതുതന്നെ വളരെ വിചിത്രമായിട്ടാണ്. യദൃച്ഛയാ രണ്ടുപേരും പത്മതീർത്ഥക്കരയിൽ വെച്ചു തങ്ങളിൽ സന്ധിച്ചു. അപ്പോൾ ഒരു തറവാട്ടുകാരിയായ സ്ത്രീ രൂപവതിയായ ദാസിയെക്കൊണ്ട് എണ്ണയും താളിയും എടുപ്പിച്ചുകൊണ്ട് ആ വഴിയെ കടന്നുപോകുകയുണ്ടായി. ഇതു കണ്ടിട്ട് കവികളിൽ ഒരുവൻ 'കാതിലോല' എന്നു യജമാത്തിയുടെ കുണ്ഡലത്തെ അഭിനന്ദിക്കുന്ന മട്ടിൽ പറഞ്ഞു. അതിന് ഉത്തരമായി മറ്റേയാൾ 'നല്ലതാളി' എന്നു ദാസിയുടെ കൈയിലിരിക്കുന്ന അഭ്യംഗോപകരണങ്ങളെപ്പറ്റി പ്രസ്താവിച്ചു. ഈ ചോദ്യോത്തരങ്ങളിലെ വ്യംഗ്യാർത്ഥത്തിന്റെ ഔചിത്യം പ്രമാണിച്ച് അവർ തങ്ങളിൽ ചോദിച്ചറിഞ്ഞു എന്നാണ് കഥ. ഇതിൽ ചോദ്യം ഇന്നാരുടേതെന്നും ഉത്തരം ഇന്നാരുടേതെന്നും നല്ല തീർച്ചയില്ല. വ്യംഗ്യത്തിൽ കാ(ഏവൾ) അതിലോലാ(അധികം സുന്ദരി) എന്ന ഭാഷ ശുദ്ധസംസ്കൃതമായിരിക്കുന്നതിനാൽ ചോദ്യം പണ്ഡിതരായ വാര്യരുടെയും, നല്ലത് ആളി എന്നുള്ള സരസമായ മലയാളവാചകം സരസകവിയായ നമ്പ്യാരുടെയും പേരിൽ സ്ഥാപിക്കേണ്ടിയിരിക്കുന്നു. മഹാരാജാവ് ഒരിക്കൽ ഒരാനയെ ഇളക്കി കുളം കലക്കിച്ചതിന്റെ ശേഷം അന്നു മുഖം കാണിക്കാൻ ചെന്ന കവികളോട് എല്ലാവരോടും അന്നത്തെ വിശേഷങ്ങൾ ചോദിച്ചതിൽ ഉണ്ണായിവാര്യർ 'ഒരു കരി കലക്കിയ കുളം

കണ്ടു' എന്നും കുഞ്ചൻനമ്പ്യാർ 'ഒരു കളഭം കലക്കിയ കുളം കണ്ടു' എന്നും അറിയിച്ചതായിട്ടാണ് മറ്റൊരുവക കഥ. ഈ വക കേട്ടുകേൾവികൾ പരമ്പരയാ വന്നിട്ടുള്ളവയാണ്. അതുകളിൽ വാസ്തവം സ്വല്പം അതിശയോക്തി കൊണ്ടു മിനുക്കിക്കാണും. ചോദ്യോത്തരം പരിചയപ്പെട്ടതിന്റെ ശേഷം ഇക്കവികൾ തങ്ങളിൽ ഒരിക്കലുണ്ടായ സംഭാഷണമേ ആയിരുന്നുള്ളൂ എന്നു വന്നേക്കാം. മറ്റേതിലും സന്ദർഭം കുറച്ചു മാറിപ്പോയി എന്നുവരാമെന്നല്ലാതെ പ്രധാനസംഗതിയിൽ ഭേദം വരാനിടയില്ല. അന്നത്തെക്കാലത്ത് വിദ്വാൻമ്മാർക്ക് ആത്മാഭിമാനവും പരസ്പര ബഹുമാനവും രാജാവിന് അവരുടെ പേരിൽ ഗൗരവബുദ്ധിയും പ്രതിപത്തിയും അത്രത്തോളമുണ്ടായിരുന്നു.

ഈവക കഥകളിൽ നിന്നും രണ്ടുപേരുടെയും ബുദ്ധിചാതുര്യത്തിന്റെ ഗതി നമുക്ക് ഊഹിക്കാം. വാര്യർക്ക് കരികലക്കിയ കുളം എന്ന് എന്തെങ്കിലും രണ്ടർത്ഥമുള്ള വാചകം പറയണമെന്നേയുള്ളൂ. നമ്പ്യാർക്ക് അത്രയും പോരാ. താൻ പറയുന്ന വാക്ക് രാജാവിന്റെ പ്രശംസയിൽ പരിണമിക്കണമെന്നുകൂടിയുണ്ട്. അതാണ

'കളഭം കലക്കിയത്' എന്നു പറയുന്നത്. രാജാവിന്റെ പ്രവൃത്തികൊണ്ട് കുളത്തിനു ദോഷമാണുണ്ടായത് എന്നല്ലയോ വാര്യരുടെ വാക്കിൽനിന്നു ഫലിക്കുന്നത്? നമ്പ്യാർ അതുകൂടി കരുതി ഗുണത്തെ എടുത്തുകാണിക്കുന്നു. അതിനാൽ ഒരാൾ ഗുണഗ്രാഹിയും മറ്റേയാൾ പുരോഭാഗിയും ആണെന്നു വരുന്നു. നമ്പ്യാർ ഒരു വാസനാകവിയും വാര്യർ ഒരു വലിയ പഠിത്തക്കാരനും ആയിരുന്നുവെന്നുള്ളതിലേയ്ക്ക് അവരുടെ കൃതികൾ സാക്ഷ്യം വഹിക്കുന്നു. കുഞ്ചന്റെ തുള്ളൽ ക്കഥകൾ സരളപ്രസന്ന മധുദ്രുതഗതിയോടെ തുള്ളിച്ചാടിക്കുതിക്കും; ഉണ്ണായിയുടെ കഥകളിയാകട്ടെ, പ്രൗഢഗംഭീരതാളമേളത്തോടെ പതിഞ്ഞ ആട്ടമാണ്. ഒരാളുടെ ഫലിതങ്ങളെല്ലാം പാമരന്മാർക്കുപോലും സുഗ്രാഹമാണ്. മറ്റേയാളുടെ നേരമ്പോക്കുകൾക്കുകൂടി ഗാംഭീര്യം കലശലാണ്. ഗ്രന്ഥവിസ്താരഭയത്താൽ ഉദാഹരണങ്ങളെ എടുത്തുകാണിക്കുന്നില്ല. വാര്യർ മലയാളത്തിലെ ശ്രീഹർഷൻ അല്ലെങ്കിൽ മിൽട്ടനും, നമ്പ്യാർ കാളിദാസൻ അല്ലെങ്കിൽ ഷേക്സ്പിയറും ആണെന്നു പറഞ്ഞാൽ ഏറെ തെറ്റുകയില്ല.

ജീവചരിത്രം

കവിയുടെ ജീവചരിത്രത്തെപ്പറ്റിയുള്ള തീർച്ചയായ അറിവ് വളരെ ചുരുങ്ങും. ഭാഷാചരിത്രത്തിൽ കാണുന്നതിനെ അടിസ്ഥാനമാക്കി ഇവിടെ സ്വല്പം പ്രസ്താവിക്കാമെന്നേയുള്ളൂ. ഉണ്ണായിവാര്യാരുടെ ഗൃഹം കൊച്ചി സംസ്ഥാനത്ത് ഇരിങ്ങാലക്കുട ക്ഷേത്രത്തിനു സമീപത്തായിരുന്നു. അവിടെയും തൃശ്ശിവപേരൂരും ആയിരിന്നിരിക്കണം വിദ്യാഭ്യാസവും ബാല്യകാലത്തെ താമസവും. ഗുരു ആരായിരുന്നുവെന്ന് അറിയാൻ മാർഗ്ഗമില്ല. സംസ്കൃതത്തിൽ കാവ്യനാടകാദികളും വ്യാകരണാലങ്കാരശാസ്ത്രങ്ങളും പഠിച്ചിട്ടുണ്ടെന്ന് അദ്ദേഹത്തിന്റെ കൃതികളിൽ നിന്ന് ഊഹിക്കാം. പുരുഷപ്രാപ്തിയായതിന്റെ ശേഷം വളരെക്കാലം തിരുവനന്തപുരത്തു വന്നു താമസിച്ചതായി

ലക്ഷ്യങ്ങളുണ്ട്. 973-ൽ നാടുനീങ്ങിയ രാമവർമമഹാരാജാവ് വാര്യാരുടെ യോഗ്യതയെ അറിഞ്ഞു വേണ്ടുവണ്ണം സംഭാവനകൾ ചെയ്തിട്ടുണ്ട്. പണ്ഡിത പക്ഷപാതിയായ ആ മഹാരാജാവിന്റെ ആശ്രയം, കുഞ്ചൻനമ്പ്യാർ മുതലായ മഹാകവികളുടെ സഹവാസം, അക്രമികളായ തുലുക്കരിൽ നിന്നും മറ്റും ഭയം കൂടാതെ താമസിക്കാനുള്ള സൗകര്യം, പൊതുവേയുള്ള സമ്പത്സമൃദ്ധി ഇതെല്ലാം തിരുവനന്തപുരത്തുള്ള താമസം സ്ഥിരപ്പെടുത്തുന്നതിനു വാര്യരെ ഉത്സാഹിപ്പിച്ചിരിക്കണം. നളചരിതത്തിൽ ഉപയോഗിച്ചിട്ടുള്ള ഭാഷയുടെ സ്വഭാവം നോക്കുമ്പോൾ ഈ കൃതി തെക്കൻദിക്കുകളിൽ വെച്ച് തന്നെ എഴുതിയിരിക്കുന്നതിനാണ് അധികം സംഭാവ്യത. നളചരിതം കൂടാതെ 'ഗിരിജാകല്യാണം' അല്ലെങ്കിൽ 'പാർവ്വതീസ്വയംവരം' എന്നൊരു കൃതി കൂടി വാര്യർ രചിച്ചിട്ടുണ്ട്. ഗിരിജാകല്യാണം കിളിപ്പാട്ടിന്റെ മട്ടിൽ മൂന്നാമദ്ധ്യായത്തിലുള്ള ഒരു പ്രബന്ധമാണ്. ഇതു വാര്യരുടെ കൃതിയല്ലെന്നും ചിലർ തർക്കിക്കുന്നു. രാജവർണ്ണനയും മറ്റും പല ഒറ്റശ്ലോകങ്ങളും ഉണ്ണായിവാര്യർ ഉണ്ടാക്കിയിട്ടുള്ളതായി കേൾവിയുണ്ട്. വാര്യരുടെ ജനനം 915-ാം മാണ്ടാണെന്നും അറുപത് വയസ്സിനുമേൽ ജീവിച്ചിരുന്നു എന്നുമാണ് ഊഹം.

"അപി ച മമ ദയിതാ കളിയല്ലനതിചിരസൂതാ
പ്രാണൻ കളയുമതിവിധുരാ എന്നാൽ
കുലമിതഖിലവുമറുതിവന്നിത്"

എന്നിടത്ത്'അറം'വന്നിട്ടുണ്ടെന്നും, അതിനാൽ അദ്ദേഹത്തിന്റെ അടുത്ത തലമുറയോടു കൂടെ കുലത്തിൽ സന്തതിച്ഛേദം വന്നു എന്നുമാണ് കേൾവി.

ഭാഷ

നളചരിതത്തിലുപയോഗിച്ചിരിക്കുന്ന ഭാഷ സംസ്കൃത ബഹുലമായ മണിപ്രവാളമാകുന്നു. മണിപ്രവാളകൃതിയുടെ മാർഗ്ഗദർശി എഴുത്തച്ഛനാണല്ലോ. അദ്ദേഹം അന്ന് അതിശൈശവാസ്ഥയിലായിരുന്ന മലയാളഭാഷയെ സംസ്കൃതത്തിന്റെ കരാവലംബത്തോടെ പ്രൗഢവിഷയങ്ങൾ പ്രതിപാദിക്കുന്നതിന് വിനിയോഗിച്ചു. നമ്പ്യാർ എത്തുംപിടിയുമില്ലാതെ വേദാന്തതത്ത്വങ്ങളിൽ പ്രവേശിക്കാതെ മലയാളത്തിനു സാർവ്വജനീനങ്ങളായ ലൗകികസംഗതികൾ വർണ്ണിക്കുന്നതിൽ എത്രത്തോളം ശക്തിയുണ്ടെന്നു വെളിപ്പെടുത്തി. അദ്ദേഹം ആവശ്യംപോലെ സംസ്കൃതത്തിൽനിന്നു ശബ്ദകൃതികൾ കടംവാങ്ങിയതേയുള്ളൂ. രണ്ടുപേർക്കും കടംവാങ്ങേണ്ടി വന്നിട്ടുണ്ട്. എന്നാൽ ഒരാൾ നാണയങ്ങൾ ഒന്നായി വാങ്ങി ആവശ്യങ്ങൾക്കു വിനിയോഗിക്കുകയും മറ്റേയാൾ നാണയങ്ങൾ ആവശ്യപ്പെട്ട സാമാനങ്ങൾ തന്നെ വാടകയുടെ മട്ടിൽ വാങ്ങി ഉപയോഗിക്കുകയും ചെയ്തു എന്നതാണ് ഭേദം. ഉണ്ണായിയുടെ പോക്ക് ഈ രണ്ടുവഴിയിലുമല്ല. 'മുരാരേസ്തൃതീയ പാനഥാഃ' എന്നു പറയുന്നതുപോലെ അദ്ദേഹത്തിന്റെ മാർഗ്ഗമെന്നു വേറെയാണ്. ഉണ്ണായിക്കു മലയാളവും സംസ്കൃതവും ഒന്നുപോലെ സ്വാധീനമാണ്. അപ്പോഴപ്പോൾ നാവിലുദിച്ച ഭാഷയിൽ അദ്ദേഹം എഴുതും എന്നല്ലാതെ

കടംവാങ്ങീട്ട് ആവശ്യമുണ്ടോ എന്നുള്ള വിചാരമേ അദ്ദേഹത്തിനില്ല.' തേടിയ വള്ളി കാലിൽ ചുറ്റി' എന്നുള്ള മലയാളത്തിലെ പഴമൊഴിയെ അദ്ദേഹം 'മിളിതം പദയുഗളേ നിഗളിതയാ മാർഗ്ഗിതയാ ലതയാ' എന്ന പ്രൗഢസംസ്കൃത ത്തിൽ തർജ്ജമ ചെയ്താണ് ഉപയോഗിക്കുന്നത്. സംസ്കൃതത്തിലെ പ്രയോഗവിശേഷങ്ങളെല്ലാം ഉണ്ണായിവാര്യർ മലയാളത്തിലും കുത്തിച്ചെലുത്തിയിട്ടുണ്ട്.

"നലമുള്ളൊരു നവഗുണപരിമളനെ
നളനെന്നൊരു നൃപനെ അവൾ വരിച്ചു"

എന്ന നാമവിശേഷണത്തിന് വിശേഷ്യത്തിന്റെ വിഭക്തിവചനങ്ങൾ.

"വിദർഭനന്ദിനി സുന്ദരി സന്തത-
മിതപ്രിയാസി വിലാസിനി മേ
പതിപ്രിയാചരണാ വഹിതാ എ-
ന്നതിപ്രയാസമൃതേ
ചതിപ്പതിന്നവനാഗതനായി".

ഇവിടെ 'എന്നു' എന്ന നിപാതത്തിന് 'എന്നു വിചാരിച്ചിട്ട് ' എന്നർത്ഥം. സംസ്കൃതത്തിൽ ഈ സ്ഥാനത്തുള്ള 'ഇതി' എന്നതിനു 'ഇതി മത്വാ' 'ഇതിഹേതുനാ' എന്നും മറ്റും അർത്ഥമുണ്ട്.

അപരിഹരണീയവിധിയന്ത്രത്തിരിപ്പുമൂന്നീ

എന്നിടത്തും 'ഈ മൂന്ന്' എന്നതിനെ മറിച്ച് 'മൂന്നീ' എന്ന് വിശേഷണം വിശേഷ്യത്തിനു മുമ്പെന്ന് നടപ്പ്' എന്ന വ്യാകരണസൂത്രത്തിന് ലംഘനം. നമ്മുടെ കവിക്ക് സംസ്കൃതവും മലയാളവും ഭിന്നഭാഷകളാണെന്നുള്ള വികാരമേ ഇല്ല. 'നേർന്ന നേർച്ചകളും മമ സഫലാനി' എന്നു 'നേർച്ചകൾ' എന്ന നിർദ്ദേശികാബഹുവചനാന്തമാണു വിശേഷണം. പാച്ചുമൂത്തതിന്റെ വ്യാകരണപ്രകാരം 'നേർച്ചയെ സ്ത്രീലിംഗമാക്കി 'സഫലാം' എന്നു പ്രയോഗിക്കാത്തതു ഭാഗ്യമെന്നേ വിചാരിപ്പാനുള്ളൂ. 'ഈര്യതേ എല്ലാം ശോഭനവാണി മുദാ' എന്നിടത്തു ഭാഷാപദസ്ഥമായ നിമിത്തത്തെ പുരസ്കരിച്ച് 'ഏചോയവായാവഃ' എന്ന സംസ്കൃതസന്ധി. രണ്ടു ഭാഷകൾ കൂട്ടിക്കലർത്തുമ്പോൾ ഈമാതിരി പല ദുർഘടങ്ങളും നേരിടുന്നതാണ്. അതുകൾ തടവും തീർന്നു പ്രയോഗിക്കുന്നതിനു ഉണ്ണായിവാര്യർക്കു മാത്രമേ ധൈര്യമുണ്ടാകയുള്ളൂ. രണ്ടു ഭാഷകൾക്കു തിലതണ്ഡുലന്യായേന ഉള്ള സംസൃഷ്ടികൊണ്ടു തൃപ്തിപ്പെടാതെ അദ്ദേഹം നീരക്ഷീരന്യായേന സങ്കരം തന്നെ സ്വീകരിച്ചു. നളചരിതത്തിലെ ഭാഷ മണിയും പ്രവാളവും കലർത്തുചേർത്തതല്ല. സംസ്കൃതമാകുന്ന ചെമ്പും മലയാളമാകുന്ന വെളുത്തീയവും ചേർത്തുരുക്കിയ ഒരു വെങ്കലഭാഷയാണ്.

ഉണ്ണായിവാര്യരെപ്പോലെ സ്വതന്ത്രനായ ഒരു കവി മലയാളത്തിലുണ്ടായിട്ടുണ്ടോ എന്നു സംശയമാണ്. കഥകളിഗ്രന്ഥങ്ങളിൽ പ്രായേണ ശ്ലോകങ്ങൾ സംസ്കൃതവും പദങ്ങൾ മണിപ്രവാളവും എന്നാണ് ഒരേർപ്പാട്. നളചരിതത്തിലെ ശ്ലോകങ്ങളിൽ പകുതി എണ്ണവും മണിപ്രവാളമാണ്. ചിലതു ശുദ്ധമലയാളത്തിൽത്തന്നെയുമുണ്ട്. "പേടിക്കേണ്ടാ വരുവനരികേ..." എന്ന ശ്ലോകം നോക്കുക. ഇതിൽ സംസ്കൃതശബ്ദം തന്നെ മൂന്നോ നാലോ

നാലാംപാദത്തിന്റെ ഒടുവിൽ വന്നിട്ടുള്ളതേ ഉള്ളൂ. എന്നാൽ നേരെമറിച്ച്, പദങ്ങളിൽ ചില വരികൾ ശുദ്ധസംസ്കൃതമായിട്ടുമുണ്ട്.

1. "വ്യസനം തേ ദമയന്തി സമസ്തമസ്തമയതാം"

2. "യാമി യാമി ഭൈമി, കാമിതം ശീഘ്രം സാധയി-
ഷ്യാമി സാമി സാധിതം മയാ"

3. "അനല്പം വാമസ്തു ഭവ്യം മമ പ്രസാദേന"
ഇത്യാദി പല്ലവികളിൽ മലയാളം തൊട്ടുവിച്ചിട്ടേ ഇല്ല
"പ്രേമാനുരാഗിണി ഞാൻ വാമാ രമണീയശീലാ
ത്വാമാതനോമി ഹൃദി സോമാഭിരാമമുഖ
ശ്യാമാ ശശിനം രജനീ വാമാകലിതുമുപൈതു-
കാമാ ഗതയാമാ കാമിനീ"

ഇത്യാദി പദങ്ങളിൽ മരുന്നിനു മാത്രം ഒരു മലയാളപദമേ ഉള്ളൂ. ശ്ലോകവും ദണ്ഡകവും പോരാഞ്ഞിട്ടു ഗദ്യവുംകൂടി ചൂർണ്ണികയായിട്ട് ഉണ്ണായിവാര്യർ ഉപയോഗിച്ചിട്ടുണ്ട്. കവിവാക്യം ശ്ലോകവും പാത്രങ്ങളുടെ സംഭാഷണങ്ങൾ പദവും എന്നുള്ള ഏർപ്പാടും അദ്ദേഹം നാലാം ദിവസത്തെ കഥയുടെ ആരംഭത്തിൽ ലംഘിച്ചിരിക്കുന്നു.

വാക്യരീതി

അർത്ഥപുഷ്ടിയും ശബ്ദപുഷ്ടിയും നളചരിതത്തിലെപ്പോലെ മറ്റൊരു മണിപ്രവാളകൃതിയിലും ഒന്നുപോലെ ചേർന്നു യോജിച്ചിട്ടുണ്ടോ എന്നു സന്ദേഹമാണ്. പരിചോടു വിരവിൽ, അങ്ങനെ, ഓർത്താൽ, അങ്ങു, ഇഹ, ഉടനെ, ആശു മുതലായ പാദപൂരണങ്ങൾ അദ്ദേഹം വളരെ അപൂർവ്വമായേ ഉപയോഗിച്ചിട്ടുള്ളൂ. പ്രാസത്തിനുവേണ്ടി ഈ വക പദങ്ങൾകൊണ്ടു വിടവടയ്ക്കുന്ന സമ്പ്രദായമേ ഉണ്ണായിവാര്യർ മനസ്സിലാക്കിയിരുന്നില്ല. അതുകൊണ്ട് സാധാരണ മലയാളകവിതകളിൽ കാണുന്ന ബന്ധശൈഥില്യം നളചരിതത്തെ ബാധിച്ചിട്ടില്ല. എന്നാൽ പ്രാസനിർബ്ബന്ധം വാര്യരെയും നേർവഴിതെറ്റി നടത്തിച്ചിട്ടില്ലെന്നില്ല. അന്വയകാഠിന്യമാണ് നളചരിതത്തിലെ വൈകല്യം. വാര്യർക്ക് അർത്ഥത്തിൽ വളരെ വിഷ്കർഷയുണ്ട്. എന്നാൽ ശബ്ദത്തിലും ഒട്ടും കുറവല്ല. താളത്തിന്റെ മുറയ്ക്കു പ്രാസം കണക്കിനു വീണുകൊണ്ടിരിക്കണം. ശബ്ദം ഈ നിർബ്ബന്ധത്തിനു കീഴടങ്ങി തനിയെ വന്നില്ലെങ്കിൽ അദ്ദേഹം പിടിച്ചുവലിച്ചിഴച്ചെങ്കിലും വരുത്തും. ഈ സാഹസത്തിൽ ശബ്ദങ്ങളുടെ വാലോ തലതന്നെയോ ഉടഞ്ഞുപോയാലും വകയില്ല. 'ചാകം ഇവ' എന്ന പ്രാസത്തിനു ചേരാൻ വേണ്ടി 'വസ്തുമേതദുത്സജാമി ചാമിവ' എന്നു ചുരുങ്ങിപ്പോയി.

'മരത്തിനിടയിൽ കാണാമേ സുന്ദരത്തിനുടെ സാദൃശ്യേയം'

ഇവിടെ 'ശ്യേയം' എന്നാവർത്തിക്കാൻവേണ്ടി പ്രയോഗിച്ച 'സാദൃശ്യേയം' എന്ന ഭാഗത്തിൽ പദച്ഛേദംതന്നെ സ്പഷ്ടമാകുന്നില്ല. 'അപുത്രമിത്രാകാന്താരം' - എന്ന പദത്തിൽ 'ണാളേ' എന്നു നാലുതരം ആവർത്തിച്ചു ചെയ്തതിൽ ഒന്നുരണ്ടിനു വളരെ ക്ലേശിച്ചാലേ അർത്ഥമുണ്ടാകുന്നുള്ളൂ. ഇങ്ങനെ ദൃഷ്ടാന്തം

പലതും എടുത്തുകാണിക്കാം. എന്നാൽ അങ്ങനെ ചില ഭാഗങ്ങൾ ഒഴികെ യുള്ളിടത്തെല്ലാം ശബ്ദാർത്ഥങ്ങളുടെ പുഷ്ടിയാലുണ്ടായിട്ടുള്ള സ്വാരസ്യം അന്യാദൃശമാണ്; ഗ്രന്ഥം മുഴുവനും അതിലേയ്ക്കു ദൃഷ്ടാന്തമാകയാൽ പ്രത്യേകിച്ച് ആ അംശം ഉദാഹരിച്ചു കാണിക്കേണ്ടതില്ല. ആദിപ്രാസം, അന്ത്യപ്രാസം, ദ്വിതീയപ്രാസം ഇതെല്ലാം കവി ഒന്നുപോലെ ദീക്ഷിക്കുന്നുണ്ട്. അദ്ധ്യാഹാരപൂര്യതയാണു വേറൊരു ദോഷം. നളചരിതത്തിലെ വാക്യങ്ങൾ മിക്കതും വെളിയിൽ നിന്നു പുതിയ പദങ്ങൾ കൂട്ടിച്ചേർത്താലേ അന്വയിക്കൂ. 'അളയച്ചിട്ടുണ്ടെമ്മാനില്ല' എന്നിടത്ത് 'ഉണ്ട്' എന്ന ക്രിയയുടെ കർത്താവിനെ പ്രയോഗിക്കാഞ്ഞതിനാൽ അർത്ഥം ദുർഗ്രഹമായിത്തീർന്നു. പാഠംകൂടി 'ആളയച്ചിട്ടുണ്ടമ്മാനില്ല' എന്നു ദുഷിച്ചു പോകാനിടയായി. 'അവടങ്ങൾ സങ്കടങ്ങൾ...'' എന്ന ചരണത്തിൽ വാക്യങ്ങൾ എവിടെവിടെ അവസാനിക്കുന്നുവെന്നറിവാൻ ഒരു മാർഗ്ഗവുമില്ല. പദങ്ങൾ മാത്രമല്ല, വാക്യങ്ങളും ചിലെടത്തു പ്രയോഗിക്കാതെ വിട്ടുകളയും. 'മാരുതമാനസവേഗം കണ്ടു തേരിനു' എന്ന ചരണത്തിലും മറ്റും മദ്ധ്യേ അവതാരികയായി ചേർക്കുന്ന വാക്യത്തിന്റെ ഭേദം പോലെ അർത്ഥവും ഭേദിക്കുമെന്നു വ്യാഖ്യാനത്തിൽ നോക്കുക. ചില ഭാഗങ്ങൾ വായിച്ചാൽ കടംകഥപോലെ തോന്നും. നളജീവലസംവാദത്തിലും, ഭൈമി ബ്രാഹ്മണരോടു പറഞ്ഞയ്ക്കുന്ന സന്ദേശത്തിലും മറ്റും സന്ദിഗ്ദ്ധാർഥത ഒരു ഗുണമായിത്തീർന്നിട്ടുണ്ട്. ശേഷമുള്ളിടത്തെല്ലാം അന്വയകാർക്കശ്യവും നേയാർത്ഥപ്രയോഗവുംകൊണ്ടു പ്രാസഗുണം കേവലം അസ്തമിതമായിപ്പോയി എന്നു പറയേണ്ടിയിരിക്കുന്നു. ബഹിരന്തഃസ്ഫുരദ്രസമായ ദ്രാക്ഷാപാകം ഉണ്ണായിയുടെ സ്വഭാവത്തിനു വിരുദ്ധമാണ്. അദ്ദേഹത്തിനു നാളികേരപാകത്തിലേ രസമുള്ളൂ. സഹൃദയന്മാർ രസിക്കണം, സാധാരണക്കാർ അഭിനന്ദിച്ചില്ലെങ്കിൽ എന്താണു ഹാനി എന്നാണ് കവിയുടെ നില. സാഹിത്യം ആലോചനാമൃതമായിരിക്കണം. അതിനെ പണ്ഡിതന്മാർ വായിച്ച് ആലോചിച്ച് രസിക്കയും വേണം. ആപാദമാധുര്യപ്രിയന്മാരായ പാമരന്മാർ വേണമെങ്കിൽ ഈ സാഹിത്യത്തെത്തന്നെ പാടിരസിച്ചുകൊള്ളട്ടെ. രണ്ടിനും ചേർന്നാണല്ലോ താൻ കവിത ചെയ്തിരിക്കുന്നത് എന്നാണ് വാര്യരുടെ ഭാവമെന്നുതോന്നും. ശ്രീഹർഷന്റെ നൈഷധം വായിച്ചിട്ട് അതുപോലെ വ്യുത്പാദകവും പ്രൗഢഗംഭീരവുമായ ഒരു കവിത ചമയ്ക്കാനാണ് വാര്യർ തുനിഞ്ഞത്. അദ്ദേഹത്തിന്റെ ഉദ്യമം വേണ്ടുംവണ്ണം ഫലിക്കയും ചെയ്തു. അതുകൊണ്ട് ഉണ്ണായിവാര്യർക്കും ശ്രീഹർഷനെപ്പോലെ ഗ്രന്ഥാന്തത്തിൽ.

"ഗ്രന്ഥഗ്രന്ഥിരിഹ ക്വചിൽക്വചിദപി-
ന്യാസി പ്രയത്നാന്മയാ
പ്രാജ്ഞമ്മന്യമനാ ഹഠേന പഠതീ
മാസ്മിൻ ഖലഃ ഖേലതു
ശ്രദ്ധാരദ്ധഗുരുഃ ശ്ലഥീകൃതദൃഢ
ഗ്രന്ഥിഃ സമാസാദയ-
ത്വേതത് കാവ്യരസോർമ്മിമജ്ജനസുഖ-
വ്യാസജ്ജനം സജ്ജനഃ

എന്ന തന്റെ ഉദ്ദേശ്യം വിളിച്ചുപറയാമായിരുന്നു. 'ഇഗ്ഗ്രന്ഥത്തിൽ അവിടവിടെ ഞാൻ ചില കുരുക്കുകൾ ബുദ്ധിപൂർവ്വമായി പിനച്ചിട്ടുണ്ട്. അതിനാൽ മിടുക്കനാണെന്ന നടിച്ച് മറയൻ ബലാൽക്കാരേണ ഇതിൽ പ്രവേശിക്കാൻ പോകണ്ട. ശ്രദ്ധയോടുകൂടി ഗുരുവിനെ ആരാധിച്ച് തന്മുഖത്തുനിന്ന് രഹസ്യങ്ങൾ ഗ്രഹിച്ച് ഇക്കാവ്യരസത്തെ സച്ഛിഷ്യന്മാർ ആസ്വദിക്കട്ടെ' എന്നാണ് ശ്ലോകത്തിന്റെ താത്പര്യം.

സംഗീതം

ആട്ടക്കഥകളിലെ സംഗീതമെല്ലാം പഴയ ദേശികസമ്പ്രദായത്തിൽ നിബന്ധിക്കപ്പെട്ടതാണ്. പിന്നീട് കപ്ലിങ്ങോടനാണ് അതിന്റെ ദ്രുതഗതി മാറ്റി നീട്ടിപ്പതിഞ്ഞമട്ടിൽ ചൊല്ലുന്ന ഇപ്പോഴത്തെ സമ്പ്രദായം ഏർപ്പെടുത്തിയത്. നളചരിതത്തിൽ ചില പദങ്ങൾ നീട്ടിച്ചൊല്ലുന്നതിന യോജിക്കാതെയുണ്ട്. അതുകൾ അരങ്ങത്തു ചൊല്ലിയാടുന്നത് ഒട്ടും എളുതല്ല. പാട്ടുകാരൻ രണ്ടാവൃത്തി പാടുന്ന ഇടകൊണ്ട് രണ്ടോ മൂന്നോ വാക്കുകൾ മാത്രമേ വേഷക്കാരൻ കൈകാണിച്ച് ആടിവരാൻ സാധിക്കയുള്ളു. ഈ വക പദങ്ങളും വെറുതെ പാടുന്നതിന വളരെ നന്നുതന്നെ. ഉണ്ണായിവാര്യരുടെ സ്വാതന്ത്ര്യം അദ്ദേഹം സംഗീതത്തിന്റെ അംശത്തിലും കാണിക്കാതിരുന്നില്ല. ചിലെടത്തു പല്ലവി മാത്രം മതി എന്നുവെയ്ക്കും, അനുപല്ലവി കാണുകയില്ല. ചരണങ്ങളിലെ വരികളിൽ അക്ഷരസംഖ്യയ്ക്കു യാതൊരു ക്ലിപ്തവുമില്ല. രണ്ടാംദിവസത്തെ കഥയുടെ ഒടുവിൽ രാജമാതാവിനോടു ദമയന്തി പറയുന്ന പദത്തിൽ 'ആര്യേ' എന്ന രണ്ടക്ഷരം മാത്രമേ പല്ലവിഭാവമുള്ളു. ശേഷമെല്ലാം പാട്ടുകാരൻ സ്വരം കൊണ്ടു നിറച്ചു പാടികൊള്ളണം. ഈ മാതിരി ചില അസൗകര്യങ്ങൾകൊണ്ട് ആട്ടക്കാർക്കു ആടി ഫലിപ്പിക്കുന്നതിന സ്വല്പം ശ്രമം നേരിടുന്നുണ്ടെങ്കിലും നളചരിതത്തിലെ പാദങ്ങൾ പ്രാസവ്യവസ്ഥകൊണ്ടും ശബ്ദങ്ങൾക്കുള്ള ശ്ലേഷഗുണം കൊണ്ടും ഉദാരതകൊണ്ടും പാടിയാൽ അത്യന്തം കർണ്ണമധുരങ്ങളായിരിക്കും. ദേശികസമ്പ്രദായം വിട്ടു പല പുതിയ രീതികളും ഈ പദങ്ങൾ പാടാറുണ്ട്. "അംഗനമാർമൗലേ...." 'പൂമാതിനൊത്ത ചാരുതാംഗ്രോ' "മാന്യമതേഖില" മുതലായ പല പദങ്ങളും സ്ത്രീകൾ കൈകൊട്ടിക്കളിയിൽ ഉപയോഗിച്ചുകേട്ടിട്ടുണ്ട്. സംഗീതസാഹിത്യങ്ങൾ പണ്ടും ഒന്നു പോലെ പല മാതിരിയിലും നയിക്കാവുന്നതിനാലുള്ള സർവ്വതോമുഖത, പ്രകൃതിസിദ്ധമായ ഗാംഭീര്യം, ഉദാരമായ ബന്ധം, സ്വകപോല കല്പിതങ്ങളായ നൂതനഭംഗികൾ, ആലോചിക്കുന്തോറും അവസാനിക്കാതെ നീണ്ടുപോകുന്ന വ്യംഗാർത്ഥത്തിന്റെ ബാഹുല്യം, പ്രയോഗവൈചിത്ര്യങ്ങളാലുള്ള വ്യുത്പാദകത, എല്ലാ വിഷയത്തിലുമുള്ള ക്ഷോദക്ഷമത ഇതുകൾ നളചരിതത്തെ മണിപ്രവാളകൃതികളിൽ പ്രഥമഗണനീയമാക്കിച്ചമച്ചിരിക്കുന്നു.

ഏ.ആർ. രാജരാജവർമ്മ

ആട്ടക്കഥാചരിത്രം, അടിസ്ഥാന വിവരങ്ങൾ

സാഹിത്യവും അഭിനയവും

ആരാധനാപരങ്ങളും അല്ലാത്തതുമായ നാടൻ നൃത്തങ്ങൾക്കും, നാടോടി നാടകങ്ങൾക്കും വേണ്ടി ഉണ്ടായിട്ടുള്ള തോറ്റങ്ങളും പാട്ടുകളും നമ്മുടെ സാഹിത്യത്തിന്റെ പ്രാക്തനസമ്പത്തുകൾ ആണ്. ആദിമസാഹിത്യത്തിന് പിന്നീട് നമ്മുടെ ഭാഷയിലുണ്ടായ ഭൂരിപക്ഷം കൃതികളും, പ്രസ്ഥാനങ്ങളും അഭിനയകലയെ സ്പർശിക്കുന്നതാണെന്നും കാണാം. ചമ്പുക്കൾ, തുള്ളൽ, നാടകം തുടങ്ങിയ പ്രസ്ഥാനങ്ങൾ ഒരിടത്ത് വികസിച്ചപ്പോൾ കൈക്കൊട്ടിക്കളി, മാർഗ്ഗംകളി, പൂരക്കളി എന്നിങ്ങനെ പലതരം നാടൻകളികൾക്കു വേണ്ടി ഉണ്ടായ അനവധി പാട്ടുകൾ മറ്റൊരിടത്ത് കേന്ദ്രീകരിക്കുകയായിരുന്നു. ഇവയ്ക്കെല്ലാം നടുനായകമായി പരിലസിക്കുന്ന സാഹിത്യപ്രസ്ഥാനമാണ് ആട്ടക്കഥ അഥവാ കഥകളി സാഹിത്യം. കഥകളി എന്ന അഭിനയകലയ്ക്കുവേണ്ടി ഉണ്ടായ ആട്ടക്കഥാപ്രസ്ഥാനം മലയാളഭാഷയുടെ സ്വായത്തസാഹിത്യശാഖകളിൽ നിർണ്ണായകമാവുന്നു.

കഥകളി

ആട്ടക്കഥാസാഹിത്യം കഥകളി എന്ന അഭിനയകലയെ ആധാരമാക്കിയാണ് വികസിച്ചത്. അതുകൊണ്ടുതന്നെ കഥകളിയെ പറ്റി സാമാന്യമായി മനസ്സിലാക്കി മാത്രമേ അതിന്റെ സാഹിത്യത്തെയും പരിശോധിക്കുക സാധ്യമാവൂ. കൊട്ടാരക്കര തമ്പുരാന്റെ രാമനാട്ടത്തോടെയാണ് കഥകളി ഒരു പ്രസ്ഥാനമായി രൂപപ്പെട്ടത്. കഥകളിയുടെ അവതാരത്തിന് കാരണമായ ഒരന്തരീക്ഷം അന്നത്തെ കേരളീയ കലാവിശേഷങ്ങൾ ഒന്നു ചേർന്ന് ഒരുക്കിയിരുന്നെന്ന് കരുതാവുന്നതാണ്. ഇന്നും കഥകളിയിൽ കാണുന്ന കലാവിശേഷങ്ങൾ ഓരോന്നും അക്കാലത്ത് നമ്മുടെ നാട്ടിലുണ്ടായിരുന്ന ഓരോ മാതൃകയെ പിൻപറ്റുന്നതാണ്. അതുകൊണ്ടു തന്നെ കഥകളിയെന്ന കലാരൂപത്തിലെ കലർപ്പുകളെ പറ്റിയുള്ള അന്വേഷണം വികസിപ്പിക്കാവുന്നതാണ്.

കഥകളി ഒരു നൃത്യകലയാണ്. നൃത്തവും നാട്യവും കഥകളിയിലുണ്ട്. പദാർത്ഥാഭിനയത്തിനാണ് നൃത്യമെന്ന് പറയുന്നത്. ഓരോ പദത്തിന്റെയും അർത്ഥം മുദ്രകൈകൊണ്ട് കാണിച്ച് അഭിനയിക്കുന്നതാണ് പദാർത്ഥാഭിനയം. വാക്യാർത്ഥാഭിനയമാണ് നാട്യം. വാക്യാർത്ഥം അഭിനയിക്കുമ്പോൾ ഭാവം മാത്രമല്ല, രസം കൂടി അതിൽ വരുത്തണം, പദാർത്ഥാഭിനയപ്രധാനമായ നൃത്യത്തിൽ ഭാവാഭിനയം മാത്രമേ ലക്ഷ്യീകരിക്കുന്നുള്ളൂ. അതുകൊണ്ട് ആംഗികാഭിനയത്തിനല്ലാതെ വാചികാഭിനയത്തിന് നൃത്യത്തിൽ

സ്ഥാനമില്ല. നാട്യത്തിനാകട്ടെ, രസസ്ഫൂർത്തിക്ക് വാചികാഭിനയം കൂടി സഹായത്തിനെത്തും. കഥകളിയിൽ വാചികാഭിനയം, വർജ്ജിച്ചിരിക്കുന്ന തുകൊണ്ട് ഭാവാഭിനയം മാത്രമേ അതിൽ പ്രധാനമാവുന്നുള്ളൂ. നൃത്യത്തിന് വേണ്ടിയുള്ള രസാഭിനയം മാത്രമാണ് കഥകളിയിലുള്ളത്. പദാർത്ഥാ ഭിനയത്തിനിടയ്ക്ക് നടന്മാർ എടുക്കുന്ന കലാശമാണ് കഥകളി. നടന്മാർ നൃത്താഭിനയം മാത്രമാണ് നടത്തുന്നത്. കഥാഭിനയം തുടങ്ങുമ്പോഴാണ് നൃത്യം അഥവാ ഭാവാഭിനയം കഥകളിയിൽ വരുന്നത്. ഇങ്ങനെ നൃത്തനൃത്യ നാട്യങ്ങൾ മൂന്നിനും കഥകളിയിൽ സ്ഥാനമുണ്ട്. ആഹാര്യം, ആംഗികം, സാത്വികം, വാചികം എന്നീ ചതുർവിധാഭിനയങ്ങളിൽ വാചികമൊഴിച്ച് മൂന്നിനും കഥകളിയിൽ സ്ഥാനമുണ്ട്.

കഥകളിയിലെ മുദ്രക്കൈകൾ

ഭരതന്റെ 'നാട്യശാസ്ത്ര'ത്തിൽ പറഞ്ഞിരിക്കുന്ന പതാകാദികളായ മുദ്രകൾ തന്നെയാണ് കഥകളിയിലും സ്വീകരിച്ചിരിക്കുന്നത്. പക്ഷേ, നാട്യശാസ്ത്ര ത്തിലെ നിർവ്വചനമനുസരിച്ചല്ല കഥകളി പതാകാദികൾ കൈകൊണ്ടിരി ക്കുന്നത്. 'ഹസ്തലക്ഷണ ദീപിക' എന്ന നാട്യശാസ്ത്രഗ്രന്ഥമാണ് കഥകളി നടൻമാർക്ക് മുദ്രാഭിനയത്തിൽ അവലംബം. ഹസ്തലക്ഷണ ദീപികയനുസ രിച്ച് 24 അടിസ്ഥാന മുദ്രകൾകൊണ്ട് മിക്ക പദാർത്ഥങ്ങളെയും കഥകളി നടന്മാർ കാണിക്കുന്നു. അസംയുതമുദ്രകൾ, സംയുത മുദ്രകൾ, മിശ്രമുദ്രകൾ എന്നിങ്ങനെ മുദ്രകൾ മൂന്നു വിധമാണ്.

വാദ്യങ്ങൾ

ചെണ്ട, ശുദ്ധമദ്ദളം, ചേങ്കില, ഇലത്താളം എന്നീ നാലു വാദ്യങ്ങളാണ് കഥകളിക്കുവേണ്ടത്. ചേങ്കില പ്രധാനപാട്ടുകാരനും (മുന്നണി അഥവാ പൊന്നാനി), ഇലത്താളം ഏറ്റുപാടലുകാരനും (ശങ്കിടി അഥവാ സംഘടി) പ്രയോഗിക്കുന്നു. ചമ്പട, ചമ്പ, ത്രിപുട, പഞ്ചാരി, അടന്ത, മുറിയടന്ത എന്നീ താളങ്ങളും അവയുടെ യഥോചിതമായ പ്രസ്താരങ്ങളുമാണ് കഥകളിയിലു ള്ളത്.

വേഷങ്ങൾ

സാത്വികം, രാജസം, താമസം എന്നീ ഗുണത്രയങ്ങളെ ആസ്പദമാക്കി കഥകളി വേഷങ്ങളെ തരംതിരിക്കാം. കഥാപാത്രത്തിന്റെ സ്വഭാവമനുസരി ച്ചാണ് ഓരോന്നിനും ഓരോ വേഷം കല്പിക്കുന്നത്. സാത്വികത്തിൽ പച്ചയും, മിനുക്കും പെടുന്നു. സാത്വികഗുണമുള്ള രാജാക്കന്മാർക്കും ദേവന്മാർക്കും മറ്റുനായകർക്കുമാണ് പച്ച ബ്രാഹ്മണർക്കും മഹർഷികൾക്കും സ്ത്രീകൾക്കും മിനുക്കാണ്. രാജസത്തിൽ കത്തി, താടി, (ചുവന്ന താടി) എന്നീ തരങ്ങൾ പെടുന്നു. കത്തി തന്നെ കുളം കത്തി, നെടും കത്തി എന്ന് രണ്ടു തരമുണ്ട്. താടിയിൽ വെള്ളതാടി സാത്വികത്തിൽപെടുന്നു. ഹനുമാൻ വേഷം ഉദാ ഹരണമാണ്. കാട്ടാളൻ, നക്രതുണ്ഡി, ശൂർപ്പണഖ തുടങ്ങിയ താമസപാത്ര ങ്ങൾക്കാണ് കരി. ഇതിലൊന്നും പെടാത്ത ചില വേഷങ്ങളുമുണ്ട്. ദൂതൻ, ആനക്കാരൻ, ഭീരു, പശുപാലകൻമാർ, വൃദ്ധ, താഴ്ന്നതരം വാനരങ്ങൾ എന്നീ

വേഷങ്ങൾക്ക് ഓരോന്നിന്റെയും സ്വഭാവമനുസരിച്ച് ചില്ലറ ഭേദഗതികൾ വരുത്തിയിട്ടുണ്ട്.

കഥകളിച്ചടങ്ങുകൾ

കേളികൊട്ട്: കഥകളിയുടെ ആദ്യത്തെ ചടങ്ങാണ് കേളികൊട്ട്, സന്ധ്യക്കാണ് ഇത് നടത്താറുള്ളത്. കഥകളിയിലെ നാലുവാദ്യങ്ങളും കേളികൊട്ടിന് ഉപയോഗിക്കുന്നു.

കേളിക്കൈ : രാത്രി വിളക്കുവച്ചുകഴിഞ്ഞാലുടൻ കേളിക്കൈ എന്നൊരു ചടങ്ങാണ്. ആദ്യം നിർവ്വഹിക്കുക. ചെണ്ട ഒഴിച്ചുള്ള വാദ്യങ്ങൾ കേളിക്കൈയിന് ഉപയോഗിക്കുന്നു.

തോടകം: രംഗത്ത് കളിവിളക്ക് കൊളുത്തുന്നതോടെ മദ്ദളകേളി ആരംഭിക്കുന്നു. മദ്ദളകേളിക്കുശേഷം തിരശ്ശീല പിടിക്കും. തിരശ്ശീലയ്ക്കുള്ളിലാണ് തോടയനൃത്തം. ഒരു നടൻ രംഗത്ത് വന്ന് വായ്ത്താരി ചൊല്ലി നൃത്തം ചെയ്യുന്നു. ഇതിന് ചെണ്ട ഉപയോഗിക്കുന്നില്ല. ഇഷ്ടദേവതാ സ്തുതിപരമായ ഒരു ഗാനമാണ് തോടയത്തിൽ പാടുന്നത്. തോടയം കഴിഞ്ഞാൽ വന്ദനശ്ലോകം ചൊല്ലും.

പുറപ്പാട്: മേക്കട്ടിയും ആലവട്ടവും പിടിച്ച് ചെണ്ട, മദ്ദളം എന്നിവയോടെ അരങ്ങത്തു പ്രത്യക്ഷപ്പെടുന്ന ആദ്യത്തെ വേഷപ്രദർശനമാണിത്. ഒരു ദേവനും ദേവിയും പ്രത്യക്ഷമാകുന്ന തരത്തിലാണ് പുറപ്പാട്. പുറപ്പാട് സമയത്താണ് ചെണ്ട ആദ്യമായി അരങ്ങത്തേക്കു വരുന്നത്. ഞെറിളുങ്ങുന്ന മേലാപ്പും, ആലവട്ടവും വെഞ്ചാമരവും അരങ്ങത്തു പിടിച്ചാണ് പുറപ്പാട് നടത്തുന്നത്.

മഞ്ജുതര/മേളപ്പദം: പുറപ്പാടുകഴിഞ്ഞ് 'മഞ്ജുതര' എന്നു തുടങ്ങുന്ന അഷ്ടപദീഗാനം ചൊല്ലുന്നു. പാട്ടുകാരുടെ പാടവം കാണിക്കാനുള്ള അവസരം കൂടിയാണിത്. മഞ്ജുതരയ്ക്ക് 'മേളപ്പദം' എന്നും പേരുണ്ട്. ചെണ്ടക്കാരനും മദ്ദളക്കാരനും അവരുടെ സാമർത്ഥ്യം കാണിക്കാൻ ഇതേ അവസരം ഉപയോഗപ്പെടുത്തുന്നു. മേളപ്പദം കഴിഞ്ഞാൽ പിന്നെ കഥ തുടങ്ങുന്നു. മേളക്കാർക്ക് സ്വതന്ത്രമായി എന്തെങ്കിലും പ്രകടിപ്പിക്കാൻ വേണ്ടിയാണ് കഥാരംഭത്തിനു മുൻപ് ഈ മേളപ്പദം വച്ചിരിക്കുന്നത്.

രാമനാട്ടം

രാമനാട്ടമാണ് ഒന്നാമതുണ്ടായ ആട്ടക്കഥയെന്ന് മിക്കവരും കരുതുന്നു. സംസ്കൃതഭാഷയിൽ രചിച്ച കൃഷ്ണനാട്ടത്തിന്റെ കൂടുതൽ ജനകീയമായ രൂപാന്തരമാണ് രാമനാട്ടം. കൊല്ലവർഷം 9-ാം ശതകത്തിന്റെ പൂർവ്വാർദ്ധത്തിലാണ് രാമനാട്ടത്തിന്റെ ഉത്ഭവം. രാമായണത്തെ എട്ടുദിവസത്തെ കഥകളാക്കി കൊട്ടാരക്കര തമ്പുരാൻ രചിച്ചതാണ് രാമനാട്ടം കഥകൾ. പുത്രകാമേഷ്ടി, സീതാസ്വയംവരം, വിച്ഛിന്നാഭിഷേകം, ഖരവധം, ബാലിവധം, തോരണയുദ്ധം, സേതുബന്ധനം, യുദ്ധം ഇങ്ങനെയാണ് 8 ദിവസത്തെ

കഥകൾ. തമ്പുരാന് രാമായണകഥാഗായകരായ പൂർവ്വകവികളുമായി പരിചയമുണ്ടായിരുന്നവെന്ന് രാമനാട്ടം വെളിപ്പെടുത്തുന്നു. വാല്മീകിയും, കമ്പരും, പുനവും അദ്ദേഹത്തിന് ഉപജീവ്യരായിരുന്നു. രാമനാട്ടത്തിൽ ഖരവധവും, തോരണായുദ്ധവും സുലഭമായി കഥകളി അരങ്ങുകളിൽ പ്രയോഗിക്കപ്പെട്ടിട്ടുള്ള രചനയാണ്.

കോട്ടയത്തുതമ്പുരാൻ

രാമനാട്ടം പ്രചരിച്ചു തുടങ്ങിയതോടെ അതിനെ പരിഷ്ക്കരിക്കാനുള്ള ശ്രമവും ആരംഭിച്ചു. പരിഷ്ക്കരണങ്ങളിലധികവും കഥകളി അരങ്ങുമായി ബന്ധപ്പെട്ടതായിരുന്നു. അഭിനയം, വേഷം, രംഗസജ്ജീകരണം തുടങ്ങിയ ഘടകങ്ങളിൽ ഊന്നിക്കൊണ്ടാണ് പരിഷ്ക്കരണങ്ങൾ പ്രധാനമായും നടന്നത്. കല്ലടിക്കോടൻ, കപ്ലീങ്ങോടൻ, വെട്ടത്തുനാടൻ എന്നീ സമ്പ്രദായങ്ങൾ രംഗത്തുവന്നു. ഇന്നത്തെ രീതിയിലുള്ള ആട്ടക്കഥ ആദ്യം എഴുതിയത് കോട്ടയത്തു തമ്പുരാനായിരുന്നു. കഥകളിയരങ്ങിൽ വന്ന പരിഷ്ക്കാരങ്ങളിൽ കോട്ടയത്തു തമ്പുരാനും പങ്കുണ്ടായിരുന്നു. രാമനാട്ടത്തിന്റെ പരിമിതികൾ മനസ്സിലാക്കി കോട്ടയത്തു തമ്പുരാൻ മഹാഭാരതത്തെ ഉപജീവിച്ച് പുതിയ കഥകൾ രചിക്കുവാൻ സന്നദ്ധനായി. കൊല്ലവർഷം 840 നും 900 നും മദ്ധ്യേയാണ് കോട്ടയത്തുതമ്പുരാന്റെ കാലം. ബകവധം, കല്യാണസൗഗന്ധികം, കിർമ്മീരവധം, നിവാതകവചകാലകേയവധം എന്നിങ്ങനെ നാല് കൃതികളാണ് കോട്ടയത്തുതമ്പുരാൻ രചിച്ചത്. ഇവ അദ്ദേഹം തന്നെ ചിട്ടപ്പെടുത്തി അവതരിപ്പിക്കുകയും ചെയ്തു. ആട്ടക്കഥകളിൽ ആദ്യമായി ഒരു ദണ്ഡകം പ്രത്യക്ഷപ്പെടുന്നത് കാലകേയവധത്തിലാണ്. കഥാപാത്രസൃഷ്ടിയിലും നാടകീയമായ അവതരണത്തിലും കോട്ടയത്തുതമ്പുരാൻ പ്രത്യേകം ശ്രദ്ധിച്ചു. പില്ക്കാല ആട്ടക്കഥാകാരന്മാർക്ക് ഏറ്റവും അധികം മാതൃകയായത് കോട്ടയംകഥകളാണ്.

കാർത്തിക തിരുനാൾ

കോട്ടയം കൃതികളെ ഏറ്റവും കൂടുതൽ അനുകരിച്ചിട്ടുള്ളത് വഞ്ചീന്ദ്രനായ കാർത്തിക തിരുനാൾ മഹാരാജാവാണ്. (1724-1798 എ.ഡി). സുഭദ്രാഹരണം, രാജസൂയം, ഗന്ധർവ്വവിജയം, കല്ല്യാണസൗഗന്ധികം, ബകവധം, പാഞ്ചാലീസ്വയംവരം, നരകാസുരവധം എന്നിങ്ങനെ ഏഴോളം കൃതികൾ അദ്ദേഹത്തിന്റേതായിട്ടുണ്ട്. ഇവയിൽ രാജസൂയവും നരകാസുരവധവും കഥകളിരംഗത്ത് പ്രസിദ്ധിയുള്ള കൃതികളാണ്. ആട്ടക്കഥകൾ രചിക്കുകമാത്രമല്ല തിരുവനന്തപുരത്ത് കൊട്ടാരം വകയായി കളിയോഗം രൂപീകരിച്ച് കഥകളിയരങ്ങിനെ കൂടി പ്രോത്സാഹിപ്പിക്കാൻ കാർത്തികതിരുനാൾ ശ്രദ്ധിച്ചു. അദ്ദേഹത്തിന്റെ ഭരണകാലം കഥകളിയുടെ സുവർണ്ണദശയായിരുന്നുവെന്ന് പറയാവുന്നതാണ്.

അശ്വതിതിരുനാൾ

കാർത്തികതിരുനാളിന്റെ ഭാഗിനേയനായിരുന്ന അശ്വതിതിരുനാൾ (എ.ഡി. 1756-1794) പൗണ്ഡ്രകവധം, അംബരീശചരിതം, രുഗ്മിണീസ്വയംവരം,

പൂതനാമോക്ഷം എന്നീ നാലു പൂർണ്ണകഥകളും നരകാസുരവധത്തിന്റെ അന്ത്യഭാഗവും രചിക്കുകയുണ്ടായി. ഇവയിൽ പൗണ്ഡ്രകവധമൊഴികെ മറ്റ് മൂന്നു കഥകളും കഥകളിരംഗത്ത് സർവ്വസാധാരണമാണ്. തെക്കൻ ദിക്കുകളിൽ കഥകളി അഭ്യസിക്കുമ്പോൾ ആദ്യം ചൊല്ലിയാടുന്നത് രുഗ്മിണീസ്വയംവരമാണ്. കഥകളി സംബന്ധിച്ച ചിട്ടകളെല്ലാം അത്യന്തം ലളിതമായി ഈ കഥയിലുണ്ട്.

നളചരിതം ആട്ടക്കഥ

മഹാഭാരതത്തിലെ ആരണ്യപർവ്വത്തിൽ നിന്നുമാണ് നളചരിതത്തിലെ കഥ ഉണ്ണായിവാര്യർ സ്വീകരിച്ചിരിക്കുന്നത്. ചൂതുകളിയിൽ തോറ്റ് കാട്ടിൽ താമസിക്കുന്ന പാണ്ഡവന്മാരെ പല മഹർഷിമാരും വന്ന് കഥകൾ പറഞ്ഞ് ആശ്വസിപ്പിക്കുന്നു. ഇക്കൂട്ടത്തിൽ ബൃഹദശ്വൻ എന്ന മഹർഷി പറയുന്നതാണ് നളോപാഖ്യാനം. ഭാരതകഥയിൽ 52 മുതൽ 79 വരെ 28 അദ്ധ്യായങ്ങളിലായി പറഞ്ഞിട്ടുള്ള കഥയെ നാലു ദിവസം ആടുന്നതിനായി വാര്യർ വിഭജിച്ചിരിക്കുന്നു. ഓരോ ദിവസത്തെയും കഥ ഇങ്ങനെയാണ്.

ഒന്നാം ദിവസത്തെകഥ.

നീതിമാനും സുന്ദരനുമായ നളനെ, അവതരിപ്പിച്ചുകൊണ്ടാണ് ഒന്നാം ദിവസത്തെ കഥ ആരംഭിക്കുന്നത്. അദ്ദേഹം ദുഷ്ടരെ ശിക്ഷിച്ച്, ശിഷ്ടരെ രക്ഷിച്ച് രാജ്യം ഭരിച്ചുകൊണ്ടിരിക്കെ നാരദമഹർഷി ഒരിക്കൽ കൊട്ടാരത്തിലെത്തി. ഉപചാരപൂർവ്വം സൽക്കരിച്ചിരുത്തിയ മഹർഷിയിൽ നിന്ന് കുണ്ഡിനപുരിയിലെ കന്യകയായ ദമയന്തിയെപ്പറ്റിയുള്ള വിവരങ്ങൾ നളനു ലഭിച്ചു. ദമയന്തിയെക്കുറിച്ച് മുമ്പു തന്നെ മനസ്സിലാക്കിയ നളന് ദമയന്തിയോടുള്ള താത്പര്യത്തെ ശക്തിപ്പെടുത്താൻ നാരദന്റെ വാക്കുകൾ കാരണമായി. കാമുകിയെ കിട്ടുകയോ സന്ന്യാസം സ്വീകരിക്കുകയോ അല്ലാതെ മറ്റു മാർഗ്ഗമില്ലെന്നുളവരെ ആ താത്പര്യം ശക്തിപ്രാപിച്ചു.

പ്രണയത്തിന്റെ തീവ്രവേദനകളാൽ നളൻ രാജ്യഭാരം മന്ത്രിയെ ഏൽപ്പിച്ച് പൂന്തോട്ടത്തിൽ ഉലാത്തുകയായിരുന്നു. തനിച്ചിരിക്കാമെന്ന് കരുതി ഉദ്യാനത്തിലെത്തിയ നളൻ അവിടെ സ്വർണ്ണവർണ്ണമുള്ള ഒരു ഹംസത്തെ കണ്ടുമുട്ടുന്നു. മയങ്ങിക്കിടക്കുന്ന ഹംസത്തെ രാജാവ് പിടികൂടിയപ്പോൾ ഹംസം തന്റെ കുടുംബകഥ പറഞ്ഞ് തന്നെ മോചിപ്പിക്കണമെന്ന് അപേക്ഷിച്ചു. നളൻ ഹംസത്തെ വിട്ടയച്ചപ്പോൾ ദമയന്തിയോട് നളന്റെ ദൗത്യം പറയാമെന്ന ഉത്തരവാദിത്വം അരയന്നം ഏറ്റെടുക്കുന്നു.

നളന്റെ ദൗത്യം വഹിച്ച് അരയന്നം കുണ്ഡിനത്തിലെത്തിയപ്പോൾ ദമയന്തിയും സഖിമാരും ഉപവനത്തിൽ നില്ക്കുന്നതായാണ് കണ്ടത്. സഖിമാർ ദമയന്തിക്ക് ആശംസനേർന്നു കൊണ്ടുള്ള ഗാനം പാടുകയും അവളെ സമാശ്വസിപ്പിക്കാൻ പലതും പറയുകയും ചെയ്തുകൊണ്ടിരുന്നു. ദമയന്തിക്കും ഉദ്യാനസഞ്ചാരം പ്രണയതാപംകൊണ്ട് സങ്കടകരമാവുകയായിരുന്നു. അപ്പോഴാണ് ആകാശത്തുനിന്ന് ഒരു മിന്നൽക്കൊടിയെന്ന പോലെ അരയന്നം ഉദ്യാനത്തിൽ വന്നിറങ്ങിയത്. കൈയിൽ കിട്ടിയാൽ

നന്നായിരുന്നെന്നു കരുതി ദമയന്തി അതിനെ പിടിക്കാൻ ശ്രമിച്ചപ്പോൾ അടിവെച്ചടിവെച്ചകന്ന അരയന്നം നളന്റെ സന്ദേശം ദമയന്തിയെ അറിയിച്ചു. പ്രതിസന്ദേശമറിയിക്കാൻ പറഞ്ഞതനുസരിച്ച് ദമയന്തിയുടെ മനോരഥമെന്തെന്നു മനസ്സിലാക്കിയ അരയന്നം നിഷധരാജ്യത്തു തിരിച്ചെത്തി എല്ലാ വിവരങ്ങളും നളനോട് പറഞ്ഞു.

ഇക്കാലത്ത് ദേവേന്ദ്രൻ തന്റെ കൊട്ടാരത്തിൽ സുഖമായിരിക്കുമ്പോൾ പർവ്വതനോടുകൂടി നാരദൻ അവിടെ എത്തിച്ചേർന്ന് ദമയന്തിയുടെ സ്വയംവരത്തെപ്പറ്റിയുള്ള വിവരം നല്കുന്നു. വിവരങ്ങൾ അറിഞ്ഞ് അഗ്നി, യമൻ, വരുണൻ എന്നിവരോടൊപ്പം പുറപ്പെട്ട ഇന്ദ്രൻ വിവാഹത്തിനായി അണിഞ്ഞൊരുങ്ങിപ്പോകുന്ന നളനെ വഴിയിൽ കണ്ടുമുട്ടി. തങ്ങൾക്കുവേണ്ടി ദമയന്തിയോട് ദൂതുപറയാൻ അവർ നളനോടാവശ്യപ്പെട്ടു. ഭൈമീകാമുകനാണെങ്കിലും വാഗ്ദത്തപരിപാലന വ്യഗ്രനായ നളൻ ദേവന്മാർ നല്കിയ തിരസ്ക്കരണി വിദ്യയുടെ സഹായത്തോടെ വിദർഭരാജധാനിയിലെത്തിച്ചേർന്നു. അവിടെ ദമയന്തിയെക്കണ്ട് ദേവന്മാരുടെ ആഗ്രഹങ്ങളറിയിച്ചു. എന്നാൽ താൻ മനസ്സുകൊണ്ട് സ്വീകരിച്ച നളനെയല്ലാതെ മറ്റൊരാളെ സ്വയം വരത്തിൽ സ്വീകരിക്കുന്നതല്ലെന്ന് ദമയന്തി ഉറപ്പിച്ചു പറഞ്ഞു. ദൂതനായ തന്നോടുള്ള ഒരു നിന്ദയായേ ഈ ദൃഢനിശ്ചയത്തെ താൻ കണക്കാക്കുകയുള്ളൂ എന്നുവരെ നളൻ പറഞ്ഞെങ്കിലും ദമയന്തി വഴങ്ങിയില്ല.

ഇന്ദ്രാദികളുടെ സമീപം തിരിച്ചെത്തിയ നളൻ തന്റെ ദൗത്യം പരാജയപ്പെട്ട നിലയ്ക്ക് മറ്റാരെയെങ്കിലും പറഞ്ഞയച്ച് ദമയന്തിയെ വശീകരിച്ചുകൊണ്ടുപോകുന്നതാണ് നല്ലതെന്ന് ദേവന്മാരെ ഓർമ്മിപ്പിച്ചു. എന്നാൽ സ്വയംവരത്തിന് തങ്ങളെപ്പോലെ നളനും വന്നുചേരട്ടെ എന്നാണ് ദേവന്മാരാശിച്ചത്. സ്വയംവരദിവസം നളനും ദേവന്മാരും, രാജസമൂഹവും സിദ്ധചാരണവിദ്യാധരാദിയും രാജകൊട്ടാരത്തിലെത്തിച്ചേർന്നു. അപ്പോൾ രാക്ഷസൻമാർ അസുരന്മാരെച്ചെന്നു കണ്ട് സ്വയംവരത്തിനുപോകാൻ അവരെ പ്രോത്സാഹിപ്പിച്ചു. അങ്ങനെ രാക്ഷസൻമാരും, അസുരന്മാരും, പന്നഗൻമാരും കൂടി വിവാഹ സന്നദ്ധരായെത്തി.

രാജകൊട്ടാരത്തിൽ തിങ്ങിനിറഞ്ഞ വിവാഹാർത്ഥികളെ കണ്ട് വ്യാമൂഢനായ ഭീമരാജാവിനെ സന്തോഷിപ്പിക്കുന്നതിന് അദ്ദേഹത്തിന്റെ ആരാധനാമൂർത്തിയായ വിഷ്ണുതന്നെ സരസ്വതിയെ കുണ്ഡിനപുരത്തിലെക്കയച്ചു. സരസ്വതി തോഴിയുടെ രൂപത്തിൽ സദസ്യരെ ദമയന്തിക്കു പരിചയപ്പെടുത്തിക്കൊടുത്തു. രാജാക്കന്മാർക്കിടയിൽ നളവേഷധാരിയായ അഞ്ചുപേരെക്കണ്ടപ്പോൾ ദമയന്തി ആരാണ് യഥാർത്ഥ നളനെന്ന് അറിയാതെ ഇതികർത്തവ്യതാമൂഢയായി. അവൾ ദേവന്മാരെ പ്രാർത്ഥിച്ചതനുസരിച്ച് ദേവന്മാർ താന്താങ്ങളുടെ ചിഹ്നങ്ങൾ പ്രകടിപ്പിച്ചപ്പോൾ യഥാർത്ഥ നളനെ അവൾക്ക് തിരിച്ചറിയാൻ കഴിഞ്ഞു. ഉടനെ നളന്റെ കഴുത്തിൽ ദമയന്തി വരണമാല്യം സമർപ്പിക്കുകയും ദേവന്മാർ വരങ്ങളും അനുഗ്രഹങ്ങളും നേരുകയും ചെയ്തു. ഇതോടുകൂടി ദേവൻമാരും സരസ്വതിയും സ്വർഗ്ഗലോകത്തേയ്ക്കും നളനും ദമയന്തിയും രാജകൊട്ടാരത്തിലേയ്ക്കും യാത്രയായി.

രണ്ടാം ദിവസത്തെകഥ.

ദമയന്തിയുടെ സ്വംവരകഥയറിഞ്ഞ കലിദ്വാപരൻമാർ ദമയന്തീ നളൻമാരെ പിണക്കിയകറ്റുവാൻ തന്നെ തീരുമാനിച്ചു. അവർ ഭൂമിയിൽ വന്നു. നളന്റെ സഹോദരനായ പുഷ്ക്കരനെ കൂട്ടിന് വിളിച്ചു. ചൂതുകളിയിൽ നളനെ തോല്പിച്ച് കാട്ടിലേക്കയക്കുകയും പുഷ്ക്കരൻ രാജാവാകുകയും ചെയ്തു. കുട്ടികളെ കുണ്ഡിനത്തിലേക്കയച്ചിട്ട് ദമയന്തി നളനെ അനുഗമിച്ചു. ഉടുവസ്ത്രത്തോടെ കാട്ടിലെത്തിയ നളൻ പക്ഷികളെ പിടിക്കാൻ വസ്ത്രം കൊണ്ട് വലവെച്ചു. ചതിയാൽ വസ്ത്രവും നഷ്ടപ്പെട്ടു. ഒരു ദിവസം അർദ്ധരാത്രിയിൽ ക്ഷീണം കൊണ്ട് ഉറങ്ങിപ്പോയ ദമയന്തിയെ ഉപേക്ഷിച്ച് നളൻ എവിടേയ്ക്കോപോയി. ഉണർന്നു നോക്കിയ ദമയന്തി നളനെ കാണാതെ വിലപിച്ചു. അവളുടെ സമീപത്തേക്ക് ഒരു പെരുമ്പാമ്പ് ഇഴഞ്ഞുവന്നു. പെരുമ്പാമ്പ് അവളെ വിഴുങ്ങാൻ തുടങ്ങി. കരച്ചിൽ കേട്ട് ഓടിയെത്തിയ കാട്ടാളൻ സന്തോഷത്തോടെ ദമയന്തിയെ പാമ്പിൽ നിന്ന് രക്ഷിച്ചു. ദമയന്തിയുടെ സൗന്ദര്യത്തിൽ ഭ്രമിച്ച കാട്ടാളനിൽ കാമവികാരം ഉണർന്നു. ദമയന്തി കാട്ടാളനെ ശപിച്ച് ഭസ്മമാക്കി. തുടർന്ന് ഋഷിമാർ ദമയന്തിയെ കണ്ടുമുട്ടുകയും സാന്ത്വനപ്പെടുത്തുകയും ചെയ്തു. ശചിയുടെ നേതൃത്വത്തിലുള്ള സ്വാർത്ഥവാഹകസംഘത്തിൽ ചേർന്ന് ദമയന്തി ചേദി രാജധാനിയിൽ എത്തി. ചേദിരാജ്ഞിയുടെ സൈരന്ധ്രിയായി അവൾ കഴിഞ്ഞു. അക്കാലത്ത് ദമയന്തിയെ കുട്ടിക്കാലം മുതൽക്കേ അറിയുന്ന സുദേവൻ എന്ന ബ്രാഹ്മണൻ അവിടെ എത്തി. ദമയന്തിയെ തിരിച്ചറിയുകയും കുണ്ഡിനപുരിയിലേക്ക് കൂട്ടിക്കൊണ്ടുപോവുകയും ചെയ്തു.

മൂന്നാം ദിവസത്തെ കഥ

നളൻ രക്ഷകിട്ടാതെ കാട്ടിൽ അലയുകയാണ്. അപ്പോൾ കാട്ടുതീയിൽ പെട്ട് വിലപിക്കുന്ന കാർക്കോടകൻ എന്ന സർപ്പത്തെ രക്ഷിക്കുന്നതിനിടയായി. കാർക്കോടകന്റെ ദംശനമേറ്റ നളൻ വികൃതവർണ്ണനായി. തന്റെ സ്വന്തം രൂപം പ്രാപിക്കണമെന്ന് തോന്നുമ്പോൾ അണിയുന്നതിനായി ഒരു വസ്ത്രവും കാർക്കോടകൻ നളന് സമ്മാനിച്ചു. ബാഹുകൻ എന്ന പേരോടെ അയോദ്ധ്യാരാജാവായ ഋതുപർണ്ണനെ സേവിക്കാനായി കാർക്കോടകൻ നളനെ ഉപദേശിക്കുകയും ചെയ്തു. തന്റെ സകലദുരിതത്തിനും കാരണമായത് കലിബാധയാണെന്നും ഋതുപർണ്ണനിൽ നിന്ന് അക്ഷഹൃദയവിദ്യ അഭ്യസിച്ചാൽ കലി ഒഴിയുമെന്നും നളൻ മനസ്സിലാക്കി. അങ്ങനെ നളൻ ഋതുപർണ്ണരാജാവിന്റെ സൂതനായി. അക്കാലത്ത് ദമയന്തി പല ആളുകളെയും നളനെ അന്വേഷിക്കാൻ നിയോഗിച്ചു. അക്കൂട്ടത്തിൽ പർണ്ണാദൻ എന്ന ബ്രാഹ്മണനിൽ നിന്ന് ബാഹുകനെക്കുറിച്ചു ചില സംശയങ്ങൾ തോന്നി. അമ്മയുടെ അനുവാദത്തോടെ ബാഹുകനെ കുണ്ഡിനത്തിൽ വരുത്തുന്നതിന് സുദേവബ്രാഹ്മണനെ നിയോഗിച്ചു. നളന്റെ സാരഥിയായിരുന്ന വാർഷ്ണേയനും ഋതുപർണ്ണരാജധാനിയിൽ ഉണ്ടായിരുന്നു. ദമയന്തിക്ക് രണ്ടാം സ്വയംവരം നടക്കാൻ പോകുന്നതായി സുദേവൻ ഋതുപർണ്ണന അറിയിച്ചു. ഭൈമീകാമുകനായ ഋതുപർണ്ണന് മോഹം വർദ്ധിച്ചു. വിവാഹസമയത്ത് എത്തുന്നതിനായി

ബാഹുകൻ രഥവേഗം വർദ്ധിപ്പിച്ചു. ഋതുപർണ്ണന്റെ ഉത്തരീയം പറന്നുപോയി വാർഷ്ണേയൻ അതെടുക്കാനായിപോയി. ആ സന്ദർഭത്തിൽ ഋതുപർണ്ണൻ നളന് അക്ഷരഹൃദയവും നളൻ ഋതുപർണ്ണന് അശ്വഹൃദയവും ഉപദേശിച്ചു. കലി ഉടൻ തന്നെ നളനെ വേർപെട്ട് പുറത്തുചാടി. അവനെ വധിക്കാനായി ബാഹുകൻ തുനിഞ്ഞു. പക്ഷേ മാപ്പിരന്ന അവനെ വധിച്ചില്ല. അങ്ങനെ കലിവിമോചിതനായ നളൻ ഋതുപർണ്ണനോടുകൂടി കുണ്ഡിനത്തിലെത്തി.

നാലാംദിവസത്തെ കഥ

കുണ്ഡിനത്തിലെത്തിയ ഋതുപർണ്ണൻ ദമയന്തീസ്വയംവരം ഇല്ലെന്നറിഞ്ഞ് വിഷണ്ണനായി. ഭീമരാജാവിനോട് തന്റെ വരവ് ഒരു സൗഹൃദസന്ദർശനം മാത്രമാണെന്ന് ഋതുപർണ്ണൻ പറഞ്ഞു. ബാഹുകന്റെ നിറവും വേഷവും കണ്ട് ഭൈമി വിഷമിച്ചു. സഖിയായ കേശിനി മുഖാന്തിരം ബാഹുകൻ നളനാണെന്ന് ബോദ്ധ്യം വരുത്തി. ദമയന്തി അമ്മയുടെ അനുവാദത്തോടെ ബാഹുകനെ അന്തഃപുരത്തിലേക്ക് വരുത്തി. നളനെക്കുറിച്ച് ബാഹുകനോട് അന്വേഷിച്ചു. നളൻ കാർക്കോടകൻ സമ്മാനിച്ച വസ്ത്രം ധരിച്ച് സ്വന്തം രൂപം വ്യക്തമാക്കി. ആഹ്ലാദചിത്തയായി തീർന്ന ദമയന്തിയെ രണ്ടാം സ്വയംവരം നടത്തുവാൻ തീരുമാനിച്ചതിന് നളൻ പരുഷമായി ഭർത്സിച്ചു. ദമയന്തി സത്യാവസ്ഥകൾ തുറന്നുപറഞ്ഞ് സാഷ്ടാംഗപ്രണാമം ചെയ്തു. ഈ സന്ദർഭത്തിൽ ദമയന്തിയുടെ പരിശുദ്ധിയെക്കുറിച്ച് ഒരശരീരി ഉണ്ടായി. നളന്റെ മനസ്സ് തെളിഞ്ഞു. ദമയന്തീനളൻമാർ സന്തോഷസമേതം കുട്ടികളോടുകൂടി ഭീമരാജാവിനെ ചെന്നു കണ്ടു. കുറേ ദിവസങ്ങൾ അവിടെ താമസിച്ചു. തുടർന്ന് പുഷ്ക്കരനെ ചൂതിൽ തോല്പിക്കുകയും വധിക്കുവാൻ തയ്യാറാവുകയും ചെയ്തു. പക്ഷേ തന്റെ ചിരന്തന സുഹൃത്തായ ഹംസത്തിന്റെ ഇടപെടൽ മൂലം വധിച്ചില്ല. ഹംസം ബ്രാഹ്മാവിന്റെ സന്ദേശം നളനെ അറിയിച്ചു. പുഷ്ക്കരൻ നളനെ നമസ്ക്കരിച്ചു. അപ്പോൾ തന്നെ നാരദൻ അവിടെ പ്രത്യക്ഷനായി എല്ലാവർക്കും അനുഗ്രഹാശിസ്സുകൾ നൽകുകയും ചെയ്തു.

ആട്ടക്കഥാസാഹിത്യം ഉണ്ണായിവാര്യർക്കുശേഷം

കഥകളിയുടെ സൗവർണ്ണയുഗം സമാരംഭിച്ചത് കാർത്തിക തിരുനാളിന്റെ കാലം തൊട്ടാണ്. കാർത്തികതിരുനാളിന്റെ കാലം തൊട്ട് ഉത്രംതിരുനാൾ മഹാരാജാവിന്റെ കാലം വരെ (കൊല്ലവർഷം പത്താം ശതകം ആദിപാദം മുതൽ പതിനൊന്നാം ശതകത്തിന്റെ മദ്ധ്യഘട്ടംവരെ) ആയിരുന്നു. കഥകളിയരങ്ങിനും ആട്ടക്കഥാസാഹിത്യത്തിനും ഏറ്റവും ശോഭനമായിരുന്ന സമയം. ആ യുഗത്തിന്റെ മേന്മയ്ക്ക് ഒരു പ്രധാനകാരണക്കാരൻ ഇരയിമ്മൻ തമ്പി (എ.ഡി. 1783 - 1863) ആയിരുന്നു.

ഉത്തരാസ്വയംവരം, ദക്ഷയാഗം, കീചകവധം എന്നീ മൂന്നുകഥകളാണ് ഇരയിമ്മൻതമ്പി രചിച്ചിട്ടുള്ളത്. കഥകളി രംഗത്ത് വിജയിക്കത്തക്കവിധം പ്രത്യേകം ശ്രദ്ധയോടകൂടിയാണ് തമ്പി തന്റെ കൃതികൾക്ക് രൂപം നൽകിയത്. ലളിതമായ ഭാഷയും, മുദ്രകാണിക്കാൻ എളുപ്പമുള്ളവിധം

ഋജുവായ രചനയും എടുത്തു പറയേണ്ട സവിശേഷതകളാണ് ഇരയിമ്മൻ തമ്പിയുടെ കൃതികളിൽ.

ഇരയിമ്മൻതമ്പിക്കുശേഷം ആട്ടക്കഥാപ്രസ്ഥാനത്തിന് സുപ്രധാന സംഭാവനകൾ നല്കിയ വ്യക്തിയാണ് വി. കൃഷ്ണൻ തമ്പി. അദ്ദേഹത്തിന്റെ 'താടകാവധം' ആട്ടക്കഥ ഗുണങ്ങൾ ഏറെയുള്ള കൃതിയാണ്. ഉണ്ണായിവാര്യർക്കുശേഷം തികച്ചും നാടകീയമായ മറ്റൊരു കലാശില്പം ആയാണ് താടകാവധത്തെ പരിഗണിച്ചുപോരുന്നത്. കൃഷ്ണൻ തമ്പിക്കു ശേഷം നിരവധി ആട്ടക്കഥകൾ ഉണ്ടായെങ്കിലും അവയിൽ വിസ്മരിക്കാൻ സാധ്യമല്ലാത്ത അപൂർവ്വം കൃതികൾ മാത്രമേ ഉണ്ടായുള്ളൂ. കരീന്ദ്രൻ തമ്പുരാനെന്നറിയപ്പെടുന്ന കിളിമാനൂർ വിദ്വാൻ രവിവർമ്മ കോയിത്തമ്പുരാന്റെ (1812 - 1846 എ.ഡി) രാവണവിജയം, ഇട്ടിരാരിശ്ശമേനോന്റെ (1745 - 1805) രുഗ്മാംഗദ ചരിതം, സന്താനഗോപാലം, കല്ലൂർ നമ്പൂരിപ്പാടിന്റെ (എ.ഡി 1735 - 1795) ബാലിവിജയം, വയസ്ക്കരമൂസ്സിന്റെ ദുര്യോധനവധം (എ.ഡി. 1835 - 1895) എന്നിവ ഇക്കൂട്ടത്തിൽ പ്രധാനമാണ്.

പുതിയിക്കൽ തമ്പാന്റെ കാർത്തവീര്യാർജ്ജുന വിജയം. പാലക്കാട്ടുചേരി അമൃത ശാസ്ത്രികളുടെ ലവണാസുരവധം, കല്ലേക്കുളങ്ങര രാഘവപ്പിഷാരടിയുടെ രാവണോദ്ഭവം, മുരിങ്ങൂർ ശങ്കരൻ പോറ്റിയുടെ കുചേലവൃത്തം, ഇരട്ടക്കുളങ്ങര രാമവാര്യരുടെ കിരാതം തുടങ്ങിയ കൃതികളും ഓരോ തരത്തിലുള്ള പ്രത്യേകതകളെക്കൊണ്ട് കഥകളിരംഗത്ത് പ്രചാരം നേടിയവയാണ്. ആധുനികകാലത്ത് ഉണ്ടായ ആട്ടക്കഥകളിൽ പ്രധാനമാണ് വി. മാധവൻ നായരുടെ (മാലി) കർണ്ണശപഥം. രൂപ ശില്പത്തിൽ പഴയകഥകളിൽ നിന്ന് കർണ്ണശപഥം വ്യത്യസ്തമാകുന്നു. കഥാപാത്രങ്ങളുടെ പ്രവേശത്തിനും കഥാസന്ദർഭം സൂചിപ്പിക്കുന്നതിനും സാധാരണ കൃതികളിൽ ശ്ലോകം ഉപയോഗിക്കുമ്പോൾ കർണ്ണശപഥത്തിൽ ശ്ലോകങ്ങൾ ഇല്ല. രഘു വിജയം, ഭീമബന്ധനം, ഗാന്ധിവിജയം, ഹിറ്റ്ലർ വധം, കരുണ, എബ്രഹാമിന്റെ ബലി, ഡോക്ടർ ഫൗസ്റ്റ്, മഗ്ദലനമറിയാം, മാനവവിജയം തുടങ്ങിയ ധാരാളം ആട്ടക്കഥകളും അടുത്തകാലത്ത് ഉണ്ടായിട്ടുണ്ട്. ഇവയിൽ ചില കഥകൾ ചരിത്രപരമോ സാമൂഹികമോ ആയ ഇതിവൃത്തം സ്വീകരിച്ച് രചിക്കപ്പെട്ടവയാണ്. കഥകളിയരങ്ങിലെ ഇവയുടെ സാധ്യതകളെക്കുറിച്ച് ഭിന്ന അഭിപ്രായങ്ങൾ ആണ് വിലവിലുള്ളത്.

നളചരിതം - ഒന്നാം ദിവസം

പുറപ്പാട്

തോടി - ചെമ്പട

ശ്ലോകം 1

ആസീൽ പുരാ പരമപാവനകീർത്തിഭ്രമാ
നാകോപമേ നിഷധനീവൃതി നീതിശാലീ
രാജാ രതീശസുഭഗോ ജഗദേകവീരഃ
ശ്രീവീരസേനതനയോ നളനാമധേയഃ

പദം 1 പല്ലവി

അരമതാമിതകൗതുകമാലയേ
നരപതി നൈഷധവീരൻ

അനുപല്ലവി

ചിരമവനീമനുശാസദനാകുലം
ശീതഗുവംശകരീരൻ (അരമത)

ശ്ലോകം 1

സാരം : പണ്ട് സ്വർഗ്ഗത്തോടുപമിക്കുന്ന നിഷിധ രാജ്യത്തിൽ വീരസേനപുത്രനായി കീർത്തിമാനും, നീതിമാനും, സുന്ദരനും, ധീരനും ആയ നളൻ എന്ന രാജാവ് ഉണ്ടായിരുന്നു.

അന്വയം : പുരാ നാകോപമേ നിഷധനീവൃതി പരമപാവനകീർത്തി ഭ്രമാ നീതിശാലി രതീശസുഭഗ : ജഗദേകവീര : ശ്രീവീരസേനതനയഃ നളനാമധേയ രാജാ ആസീത്.

പുരാ : പണ്ട്, നാകം : സ്വർഗ്ഗം, നീവൃതി : രാജ്യത്ത്, കീർത്തിഭ്രമൻ : കീർത്തിപൊലിമയുള്ളവൻ, രതീശസുഭഗഃ : കാമദേവനെപ്പോലെ സുന്ദരൻ, ആസീത് : ഉണ്ടായിരുന്നു.

വൃത്തം - വസന്തതിലകം.

പദം : 1 പല്ലവി

നൈഷധവീരനായ രാജാവ് അമിതമായ സന്തോഷത്തോടെ സ്വഗൃഹത്തിൽ സുഖമായി വസിച്ചു.

അരമത : വസിച്ചു, അമിതകൗതുകം : വർദ്ധിച്ച സന്തോഷത്തോടെ, ആലയം : കൊട്ടാരം.

അനുപല്ലവി

ശീതഗുവംശത്തിൽ പിറന്ന രാജാവ് ദീർഘകാലം ആകുലതയില്ലാതെ ഭൂമിയെ ഭരിച്ചു.

ചിരം : ദീർഘകാലം, അനുശാലൻ : ഭരിക്കുന്നവൻ (രക്ഷിക്കുന്നവൻ)

അനാകുലം : ആകുലതയില്ലാതെ, ശീതഗുവംശകരീരൻ : ചന്ദ്രവംശത്തിൽ ജനിച്ചവൻ.

ചരണം 1

പെരിയോരു ദോർബ്ബലപാവകദേവനു
വിറകാക്കീ വിമതൗഘം
പരിമിതിസരണിവിദൂരഗഗുണഗണ-
പരിമളപൂരിതലോകൻ (അരമത)

ചരണം 2

വിശ്വമനോഹരചാരുശരീരൻ
വിശ്രുതസചിവസമേതൻ
വിദ്യാജലനിധി; വിസ്മയനീയൻ
വിഷ്ടപപാലനശീലൻ (അരമത)

ചരണം 3

കലിശമനൗഷധരസമയചരിതൻ
കുലിശധരോപമവീര്യൻ
ശാർങ്ഗിപിനാകിപദാർച്ചനശീലൻ
വാങ്മനസാദിവിദൂരൻ (അരമത)

ചരണം: 1

വലിയ കൈയൂക്കാകുന്ന അഗ്നിക്ക് ശത്രുസമൂഹത്തെ വിറകാക്കിയിട്ട് കണക്കാക്കാനാവാത്ത ഗുണഗണങ്ങളുടെ സൗരഭ്യംകൊണ്ട് ലോകത്തെ നിറച്ചവൻ.

പെരിയ : വലിയ, ദോർബ്ബലം : കണക്കുകൂട്ടലിന്റെ വഴിയിൽ നിന്ന് അകന്നു നില്ക്കുന്ന ഗുണഗണം (കണക്കാക്കാനാവാത്ത ഗുണങ്ങൾ), പരിമളപൂരിതലോകൻ : ലോകത്തെ സൗരഭ്യംകൊണ്ട് നിറച്ചവൻ.

* *നളരാജാവിന്റെ ശത്രുക്കളെ നേരിടാനുള്ള ശേഷിയും ഗുണഗണങ്ങളും പറയുന്നു.*

ചരണം : 2

വിശ്വമനോഹര ചാരുശരീരൻ : ലോകത്തിന്റെ മനസ്സിനെ കീഴടക്കുമാറ് സുന്ദര ശരീരമുള്ളവൻ, വിശ്രുത സചിവസമേതൻ : കേൾവിപ്പെട്ട മന്ത്രിമാരോട് കൂടിയവൻ, വിദ്യാജലനിധി : അറിവിന്റെ സമുദ്രം, വിസ്മയനീയൻ : വിസ്മയം ജനിപ്പിക്കുന്നവൻ, വിഷ്ടപപാലനശീലൻ : ലോകരക്ഷ ശീലമാക്കിയവൻ.

* *എല്ലാം നളന്റെ വിശേഷണങ്ങൾ*

ചരണം : 3

കലിദോഷമകറ്റുന്നതിന് ഔഷധമായ, രസപ്രദമായ ചരിതമുള്ളവനും, ഇന്ദ്രന്റെ പരാക്രമവീര്യത്തോട് ഉപമിക്കാവുന്നവും, വിഷ്ണുവിനെയും ശിവനെയും പൂജിക്കുന്ന ശീലമുള്ളവനും, വാക്ക് കൊണ്ട് വർണ്ണിക്കാനും മനസ്സുകൊണ്ട് നിരൂപിക്കാനും കഴിയാത്തവനും ആയവൻ.

ശമനം : ശമിപ്പിക്കുന്ന, കുലിശം : വജ്രായുധം, ശാർങ്ഗി : വിഷ്ണു (ശാർങ്ഗം എന്ന വില്ലുള്ളവൻ) പിനാകി : ശിവൻ (പിനാകം പാണിയിലുള്ളവൻ), ആദി : മുതലായവ

രംഗം ഒന്ന്:

നിഷധരാജകൊട്ടാരം

മുഖാരി – അടന്ത

ശ്ലോകം 2

നളനരവരനേവം ഭൂതലം കാത്തു വാഴ-
ന്നളവിലവനിലേറ്റം പ്രീതികൈക്കൊണ്ടൊരുന്നാൾ
മിളിതരസമെഴുന്നള്ളീടിനാൽ തത് സമീപേ
നളിനഭവതനൂജൻ നാരദൻ മാമുനീന്ദ്രൻ

പദം 2. പല്ലവി

നളൻ:

ഭഗവാൻ! നാരദ! വന്ദേഹം

അനുപല്ലവി

അഘവും നീങ്ങി മേ സർവ്വം
ഗൃഹവും പൂതമായിപ്പോൾ (ഭഗവൻ)

ചരണം 1

അരവിന്ദഭവയോനേ!
വരവിന്നെങ്ങുനിന്നിപ്പോൾ
ഹരിമന്ദിരത്തിൽ നിന്നോ
പുരിയീന്നോ നിലമ്പാനാം? (ഭഗവൻ)

രംഗം : ഒന്ന്

(രംഗം ഒന്നിൽ നിഷിധരാജകൊട്ടാരത്തിലെ നളനാരദ സംഭാഷണവും നളന്റെ ആത്മ ഗതവും)

ശ്ലോകം : 2

സാരം : നളൻ ഇപ്രകാരം ഭൂതലം കാത്തുവാഴുന്ന സമയത്ത് അവനിൽ വർദ്ധിച്ച പ്രീതി കൈക്കൊണ്ട് നിറഞ്ഞ സന്തോഷത്തോടെ നളസമീപം ബ്രഹ്മപുത്രനായ മഹാമഹർഷി നാരദൻ വന്നു.

ഏവം : ഇപ്രകാരം, ഭൂതലം : ഭൂമി, ഏറ്റം : അധികം, പ്രീതി : ഇഷ്ടം, മിളിതരസം : സന്തോഷത്തോടെ, തത്സമീപേ : അദ്ദേഹത്തിന്റെ സമീപത്ത്, നളിനഭവതനുജൻ : ബ്രഹ്മപുത്രൻ (നാരദൻ), മാമുനി : മഹാമുനി.

വൃത്തം : മാലിനി

പദം : 2 നളൻ

പല്ലവി

വന്ദേഹം : അഹം വന്ദേ : ഞാൻ വന്ദിക്കുന്നു.

അനുപല്ലവി

നാരദന്റെ വരവിൽ തന്റെ സർവ്വപാപവും അകന്നുവെന്നും ഗൃഹം പരിശുദ്ധമായെന്നും നളൻ.

അഘം : പാപം, മേ : എന്റെ, പൂതം : പരിശുദ്ധം.

ചരണം : 1

വൈകുണ്ഠത്തിൽ നിന്നോ, അമരാവതിയിൽ നിന്നോ എവിടെ നിന്നാണ് നാരദൻ വരുന്നതെന്ന് നളന്റെ ഉപചാരപൂർവ്വമായ ചോദ്യം.

അരവിന്ദ ഭവയോനേ : ബ്രഹ്മപുത്ര! ഹരിമന്ദിരം : വൈകുണ്ഠം, നിലമ്പിനാം പുരിദേവ ന്മാരുടെ പട്ടണം (അമരാവതി)

ചരണം 2

മുദിതം മാനസം മമ
ഭവദംഗദർശനേന
മുഴുതിങ്കളുദയേന
കുമുദമെന്നതുപോലെ (ഭഗവാൻ)

ചരണം 3

എന്തിനിച്ചെയ്യേണ്ടു ഞാൻ
നിന്തിരുവടിചൊല്ലാൻ
എന്നതരുൾചെയ്യേണം
ഉന്നതതപോനിധേ!....(ഭഗവൻ)

സൗരാഷ്ട്രം – മുറിയടന്ത

നാരദൻ

പദം 3. ചരണം 1

ഭീഷിതരിപുനികര!
നൈഷധ! നീ കേൾക്ക വീര!
ഊഴിതൻ നായകനാം നീ
പാഴിലാക്കീടൊല്ലാ ജന്മം

ചരണം 2

നാഴിക തികച്ചൊരുനാൾ
വാഴുവേനല്ലോരേടത്തും
ഏഷണിക്കു നടപ്പെൻ ഞാൻ
ഏഴുരണ്ടു ലോകത്തിലും

ചരണം : 2

അങ്ങയുടെ ദർശനത്തിൽ എന്റെ മനസ്സ് പൂർണ്ണചന്ദ്രോദയത്തിൽ ആമ്പൽ സന്തോഷിക്കുന്നതുപോലെ സന്തോഷിക്കുന്നു.

മുദിതം : സന്തുഷ്ടം, മമ : എന്റെ, ഭവദംഗദർശനേന : അങ്ങയുടെ ശരീര ദർശനത്താൽ, മുഴുതിങ്കൾ : പൂർണ്ണചന്ദ്രൻ, കുമുദം : ആമ്പൽ.

അലങ്കാരം : ഉപമ

ചരണം : 3

താൻ എന്താണ് നാരദന്റെ ഇഷ്ടപ്രകാരം പ്രവർത്തിക്കേണ്ടതെന്ന് നളൻ. ഉന്നതം : ഉയർന്ന

നാരദൻ

പദം : 3 ചരണം : 1

ശത്രുസമൂഹത്തെ ഭയപ്പെടുത്തിയിട്ടുള്ള നൈഷധരാജാവേ, അങ്ങ് ജന്മത്തെ പാഴിലാക്കരുത്.

ഭീഷിതരിപുനികര : ശത്രുസമൂഹത്തെ ഭയപ്പെടുത്തിയിട്ടുള്ളവനെ, നികരം : കൂട്ടം, പാഴിലാക്കുക : വ്യർത്ഥമാക്കുക.

* *തക്കസമയത്ത് നടത്തേണ്ടുന്ന ഒരു പ്രവൃത്തിയെക്കുറിച്ച് നാരദസൂചന.*

ചരണം : 2

പതിനാലു ലോകങ്ങളിലും ഏഷണിക്ക് നടക്കലാണ് തന്റെ ജോലിയെന്നും എവിടെയും നാഴിക തികച്ച് താമസിക്കാത്ത സഞ്ചാരിയാണ് താനെന്നും നാരദൻ.

നാഴിക തികച്ചൊരുനാൾ.....രേടത്തും : സ്ഥിര സഞ്ചാരിയാണ് നാരദൻ, ഏഷണിക്കു... ഞാൻ : ഏഷണി പ്രിയനായി നാരദൻ കല്പിക്കപ്പെടുന്നു (നാരദൻ ഇപ്രകാരം വിശേഷിപ്പിച്ചത് നേരമ്പോക്കായാവാം), ഏഴു രണ്ടു ലോകം : പതിനാലു ലോകം (അതലം, പിതലം, നിതലം, എന്നിങ്ങനെ ഇവ വിരാട് പുരുഷന്റെ ഓരോരോ അംഗങ്ങളായി കല്പിക്കപ്പെട്ടിരിക്കുന്നു.)

ചരണം 3

കുണ്ഡിനപുരിയിലുണ്ടു
സുന്ദരീദമയന്തീതി
കന്യകാരത്നമവളിൽ
വൃന്ദാരകന്മാർക്കും മോഹം

ചരണം 4

രത്നമെല്ലാം നിനക്കുള്ളു
യജ്ഞമേ ദേവകൾക്കുള്ളു
യത്നമേതദർത്ഥം നൃപ-
സത്തമ! നിനക്കു യോഗ്യം

കല്യാണി - ചെമ്പട

ശ്ലോകം 3

ഏവം ശ്രുത്വാ ഭാരതീം നാരദീയാം
പൂർവ്വം തസ്യാം പാന്ഥലോകാച്ഛ്രുതായാം
സക്തം ചിത്തം തസ്യ വൈദർഭപുത്ര്യാം
ജാതം സാതങ്കാതിരേകാതിദൂനം

ചരണം : 3,4

കുണ്ഡിനപുരത്ത്, ദമയന്തിയെന്ന സുന്ദരിയുണ്ട്. കന്യകാരത്നമായ അവളിൽ ദേവൻമാർക്ക് (പോലും) മോഹം ഉണ്ട്.

കന്യകാരത്നം : വിശിഷ്ട കന്യക (അവിവാഹിത), വൃന്ദാരകന്മാർ : ദേവന്മാർ ഈ കന്യകാരത്നത്തെ ആഗ്രഹിക്കുന്നത് ന്യായമല്ലെന്നർത്ഥം. അതിനാൽ ഇവളെ ലഭിഷാൻ നീ യത്നിക്കേണ്ടതാണ്.

യത്നം : പരിശ്രമം, ഏതദർത്ഥം : ഇതിനുവേണ്ടി

* *ദേവന്മാർ ദമയന്തിയെ ആഗ്രഹിക്കുന്നു എന്നതിനാൽ നളൻ അതിനു യത്നിക്കാതിരിക്കരുത് എന്നുകൂടി സൂചന.*

* *രാജനീതി അനുസരിച്ചു തന്നെ നളനോട് നാരദവ്യാഖ്യാനം*

ശ്ലോകം : 3

സാരം : ഇപ്രകാരം നാരദന്റെ വാക്കുകേട്ട് മുൻപേ സഞ്ചാരികളിൽ നിന്ന് കേട്ടറിഞ്ഞ ആ വൈദർഭപുത്രിയിൽ സക്തമായിരിക്കുന്ന അവന്റെ മനസ്സ് അതിയായ ഉത്ക്കണ്ഠയും വലിയ ദുഃഖവും പൂണ്ടു.

അന്വയം : ഏവം നാരദീയാം ഭാരതീം ശ്രുത്വാ, പൂർവ്വം പാന്ഥലോകാത് ശ്രുതായാം തസ്യാം വൈദർഭപുത്ര്യാം സക്തം തസ്ചിത്തം സാതങ്കാതിരേകാതി ദൂനാം ജാകം.

ഏവം : ഇപ്രകാരം, ഭാരതി : വാക്ക്, ശ്രുത്വാ : കേട്ടിട്ട്, പൂർവ്വം : മുൻപ്, സക്തം : ആസക്തമായിരിക്കുന്ന, തസ്യ : അവന്റെ, ആതങ്കം : ദുഃഖം (ഉത്ക്കണ്ഠ), ദൂനം : ദുഃഖം, അതിരേകം : വർദ്ധിച്ച, ജാതം : ജനിച്ചത്.

വൃത്തം : ശാലിനി

* *നാരദന്റെ വാക്കുകേട്ട് നളന് ദമയന്തിയോട് മുൻപുണ്ടായിരുന്ന അനുരാഗം വർദ്ധിച്ചു. ഉത്ക്കണ്ഠകൊണ്ട് അസ്വസ്ഥനാവുകയും ചെയ്തു.*

നളൻ (ആത്മഗതം)

പദം 4 പല്ലവി

കുണ്ഡിനനായകനന്ദിനിക്കൊത്തൊരു
പെണ്ണില്ല മന്നിലെന്നു കേട്ടു മുന്നേ (കുണ്ഡിന)

അനുപല്ലവി

വിണ്ണിലുമില്ല നൂനം അന്യലോകത്തിങ്കലും
എന്നുവന്നിതു നാരദേരിതം നിനയ്ക്കുമ്പോൾ

ചരണം : 1

അവരവർ ചൊല്ലിക്കേട്ടേനവൾതൻ ഗുണഗണങ്ങൾ
അനിതരവനിതാസാധാരണങ്ങൾ
അനുദിനമവൾതന്നിലനുരാഗം വളരുന്നു
അനുചിതമല്ലെന്നിന്നു മുനിവചനേന മന്യേ
(കുണ്ഡിന)

ചരണം : 2

എന്തൊരു കഴിവിനി ഇന്ദുമുഖിക്കുമെന്നിൽ
അന്തരംഗത്തിൽ പ്രേമം വന്നീടുവാൻ?
പെണ്ണിനൊരാണിലൊരു പ്രേമതാമരയ്ക്കിന്നു
കന്ദർപ്പൻ വേണമല്ലോ കന്ദം സമർപ്പയിതും
(കുണ്ഡിന)

പദം 4 പല്ലവി

മുന്നേ കേട്ടത് ഭൂമിയിൽ ദമയന്തിയെ വെല്ലുന്ന ഒരു പെണ്ണില്ല എന്നായിരുന്നു.

നന്ദിനി : പുത്രി, മുന്നേ : മുൻപ് കുണ്ഡിനനായകൻ : ഭീമരാജാവ്.

അനുപല്ലവി

നാരദനാൽ പറയപ്പെട്ടത് നോക്കുമ്പോൾ ദേവലോകത്തിലോ മറ്റു ലോകങ്ങളിലോ ആരും തന്നെ അവളെ അധഃകരിക്കാൻ ഇല്ലെന്നാകുന്നു.

നൂനം : തീർച്ചയായും, നാരദേരിതം : നാരദനാൽ പറയപ്പെട്ടത്.

ചരണം : 1

ഓരോരുത്തർ മറ്റ് സ്ത്രീകൾക്കില്ലാത്ത ദമയന്തിയുടെ ഗുണഗണങ്ങൾ പറയുന്നത് കേട്ടിട്ടുണ്ട്. ദിവസം തോറും അവളിൽ എനിക്കുള്ള അനുരാഗം വർദ്ധിക്കുന്നു. മുനിവചനത്താൽ ആകട്ടെ. അവളോട് ഉള്ള അനുരാഗം അനുചിതമല്ലെന്ന് ഇന്ന് ഞാൻ വിചാരിക്കുന്നു.

അവരവർ : ഓരോരുത്തർ, അനിതരവനിതാ : മറ്റ് സ്ത്രീകൾക്ക് : വചനം : വാക്ക്, മന്യേ : മനസ്സിൽ.

* *നളന്റെ അനുരാഗവും വിശ്വാസവും നാരദവചനത്താൽ വർദ്ധിക്കുന്നു.*

ചരണം : 2

തനിക്കു തോന്നിയ അനുരാഗം സുന്ദരിയുടെ ഉള്ളിലും തോന്നാനുള്ള വഴിയെന്തെന്ന് നളന്റെ ആലോചന. സുന്ദരിയിൽ അനുരാഗത്തിന്റെ ബീജാവാപത്തിന് കാമദേവന്റെ സഹായം വേണമെന്ന നിഗമനം.

ഇന്ദുമുഖി : സുന്ദരി, അന്തരംഗം : മനസ്സ്, കന്ദർപ്പൻ : കാമദേവൻ, കന്ദം സമർപ്പയിതും വിത്ത് (കിഴങ്ങ്) പാകുന്നതിന്.

* *പ്രേമത്തെ താമരയായി നിരൂപിക്കുന്നു. പ്രോമതാമരയെന്ന രൂപകം സ്ത്രീക്ക് പുരുഷനിൽ അനുരാഗം ജനിപ്പിക്കേണ്ടത് കാമദേവന്റെ കൃത്യമാണ്.*

* *നളന്റെ നിസ്സഹായാവസ്ഥ കൂടി ചരണത്തിൽ.*

ചരണം : 3

വിധുമുഖിയുടെ രൂപമധുരത കേട്ടു മമ
വിധുരത വന്നു. കൃത്യചതുരത പോയി
മുദിരതതികബരീപരിചയപദവിയോ?
വിജനേവസതിയോ മേ ഗതിയിനി രണ്ടിലൊന്നേ
(കുണ്ഡിന)

രംഗം രണ്ട്

നിഷധരാജകൊട്ടാരത്തിലെ ഉദ്യാനം

വേകട - മുറിയടന്ത

ശ്ലോകം 4

കഥനേന മുനേരനേന രാജാ
കദനേസൗ മദനേഷുജേ നിമജ്ജൻ
സചിവേ വിനിയോജ്യ രാജ്യഭാരം
വിജനേ പുഷ്പവനേ തതാന വാസം

ചരണം : 3

സുന്ദരിയുടെ രൂപമാധുര്യം കേട്ട് പാരവശ്യംകൊണ്ട് കൃത്യങ്ങളിൽ മനസ്സ് പ്രവർത്തിക്കാതായിരിക്കുന്നു. നളനു മുന്നിൽ രണ്ടു വഴികൾ, മേഘതുല്യമായ മുടിയുള്ള ഭൈമിയുടെ പരിചയമോ വിജനവാസമോ മാത്രം.

വിധുമുഖി : സുന്ദരി, രൂപമധുരത : ആകാരഭംഗി, വിധുരത : പാരവശ്യം, കൃത്യചതുരത : പ്രവൃത്തിസാമർത്ഥ്യം, മുദിരതതി : കാർമേഘക്കൂട്ടം, കബരി : തലമുടി, വിജനേ വസതി : ഏകാന്തവാസം.

* *ഇതിൽ രണ്ടാമത്തെ വഴി (വിജനവാസം) തെരഞ്ഞെടുത്താണ് നളൻ ഉദ്യാനത്തിലേക്ക് പ്രവേശിക്കുന്നത്.*

രംഗം രണ്ട്:

നിഷധരാജകൊട്ടാരത്തിലെ ഉദ്യാനം

(രാജ്യഭാരം വെടിഞ്ഞ് ഉദ്യാനത്തിലെത്തിയ നളവിചാരങ്ങൾ, ഹംസത്തെ കാണുന്നതും പിടിക്കുന്നതും ആയ സംഭവങ്ങൾ, നളഹംസസംഭാഷണം തുടങ്ങിയവ നിഷിധരാജധാനിയിലെ ഉദ്യാനത്തിൽ വെച്ച് നടക്കുന്ന രണ്ടാംരംഗത്തിൽ)

ശ്ലോകം 4.

സാരം : മുനിയുടെ ഈ വാക്കുകൊണ്ട് കാമബാണമേറ്റുണ്ടായ ദുഃഖത്തിൽ മുഴുകിപ്പോകുന്ന ഈ രാജാവ് മന്ത്രിയിൽ രാജ്യഭാരം ഏല്പിച്ചിട്ട് വിജനമായ പുഷ്പവനത്തിൽ വസിക്കുകയായി.

അന്വയം.

മുനേഃ അനേന കഥനേന മദനേഷുജേ കദനേ നിമജ്ജൻ അസൗരാജി, രാജ്യഭാരം സചിവേ വിനിയോജ്യ വിജനേ പുഷ്പവനേ വാസം തതാന.

കഥനം : പറച്ചിൽ, കദനം : ദുഃഖം, മദനേഷുജേ : കദനേ നിമജ്ജൻ അസൗരാജി, രാജ്യഭാരം സചിവേ വിനിയോജ്യ : ഏൽപ്പിച്ചിട്ട്, വാസം തതാന : വസിക്കുകയായി.

വൃത്തം : വസന്തമാലിക

* *നളന്റെ ഉദ്യാനം പ്രമദവനമാണ്*

നളൻ

പദം 5 പല്ലവി

നിർജ്ജനമെന്നതേയുള്ളൂ ഗുണമോ
നിശ്ചയമുദ്യാനത്തിൽ

അനുപല്ലവി

ഇജ്ജനത്തോടു പെരികെ വൈരമായ് വന്നി-
തീശ്വരനുമിന്നിജ്ഝ ഷകേതനനും (നിർജ്ജന)

ചരണം 1

ഈക്ഷണയുഗത്തിനു രൂക്ഷവേദനകളു-
ണ്ടാക്കുവാനതിതരാം ദാക്ഷ്യമുള്ളവകളേ
സാക്ഷാദധുനാ ഇന്നു വീക്ഷേ വിധിനാ ഹരി-
ണാക്ഷീം തു വിനാ വിരഹേണാക്ഷീണരുജാവിവശോ
(നിർജ്ജന)

നളൻ

പദം 5. പല്ലവി

ജനരഹിതമാണെന്നുള്ളതാണ് ഉദ്യാനത്തിന്റെ ഏകഗുണം എന്ന് നളൻ.

നിർജ്ജനം : ജനരഹിതം, നിശ്ചയം : തീർച്ചയായും.

* *അനുരാഗപരവശനായ നളന് പറ്റിയ ഏകാന്തത ഉദ്യാനത്തിലുണ്ട്. ബാക്കിയുള്ള ഉദ്യാനത്തിലെ അനുഭവമെല്ലാം വിപരീതമാണെന്ന് പിന്നാലെ വരുന്നു.*

അനുപല്ലവി

ഈയുള്ളവനോട് ഈശ്വരനും കാമദേവനും വലിയ വൈരമാണ്. ഈശ്വരൻ പ്രേമസാഫല്യത്തിനു കനിയുന്നില്ല. കാമദേവനാകട്ടെ അലട്ടുകയും ചെയ്യുന്നു.

ഇജ്ജനത്തോട് : ഈയുള്ളവനോട്, വൈരം : വിരോധം (ശത്രുത), ഝഷകേതനൻ : ഝഷം (മത്സ്യം) കൊടിയടയാളമായിട്ടുള്ളവൻ (കാമൻ)

ചരണം : 1

കണ്ണുകൾക്ക് രൂക്ഷവേദനയുണ്ടാക്കാൻ സമർത്ഥമായ വസ്തുക്കളെ മാത്രമേ, മാൻമിഴിയെ ഒഴിച്ച് വിരഹം കൊണ്ട് തളരാത്ത താപത്താൽ വിവശനായ ഞാൻ ഇന്ന് നേരിൽ കാണുന്നുള്ളൂ. ദമയന്തിയെമാത്രം കാണുന്നില്ലെന്ന് സാരം.

ഈക്ഷണം : കണ്ണ്, യുഗം : രണ്ട്, അതിതരാം : ഏറ്റവും, ദാക്ഷ്യം : സാമർത്ഥ്യം, സാക്ഷാത് : പ്രത്യക്ഷമായിട്ട്, അധുനാ : ഇപ്പോൾ, വീക്ഷേ : കാണുന്നു, ഹരിണാക്ഷി : മാൻമിഴി (സുന്ദരി), വിനാ : കൂടാതെ, വിധിനാ : വിധിബലത്താൽ, രുജ : താപം (ദുഃഖം), അക്ഷീണം : ക്ഷീണമില്ലാത്ത (പ്രബലമായ)

ചരണം : 2

ഉദ്യാനം സമർത്ഥനായ മദനന്റെ പടവീടാണ് (പാളയം) എങ്ങനെയെന്നാൽ തടാകതീരത്തിലെ വൃക്ഷങ്ങൾ ഇതിലെ കൂടാരങ്ങളാണ്, പുഷ്പങ്ങളാകുന്ന ആയുധങ്ങളുടെ ശോഭയും ഉദ്യാനത്തിലുണ്ട്. കുയിലുകളുടെ കൂജനമാകുന്ന കാഹളവും ഇളംകാറ്റുകളാകുന്ന പടയാളികളുടെ അഭ്യാസവും ഉദ്യാനത്തിലുണ്ട്. ആകെ വിരഹികൾക്ക് ഇത് ഭയങ്കരമായ സ്ഥലമാകുന്നു.

പടുതമൻ : സമർത്ഥൻ, മദനൻ : കാമൻ, പടവീട് : പാളയം, വാപി : തടാകം, വിടപി : വൃക്ഷം, പടകുടി : കൂടാരം, ഹേതി : ആയുധം, ദ്യുതി : ശോഭ, യോധഭൂമി : അഭ്യാസഭൂമി, വിരഹി : വിരഹമനുഭവിക്കുന്നവൻ (വേർപ്പെട്ടവൻ)

* *വൃക്ഷങ്ങളെ പടകുടീരങ്ങളായും കുയിൽ നാദത്തെ കാഹളം മുഴക്കലായും കാറ്റിനെ പടയാളികളായും നിരൂപിച്ചിരിക്കുന്നു.*

* *കാമന്റെ പടകുടീരത്തിൽ ചെന്നുപെട്ട നളന്റെ അവസ്ഥ.*

ചരണം 2 (ചുറ്റി നടന്നിട്ട്)

പടുതമൻ മദനന്റെ പടവീടിതേ, വാപീ-
തടവിടപികളേതത് പടകുടികൾ, കുസുമ-
ഹേതിദ്യുതിയും; കുയിൽ നാദസ്വരവും, മാരുത
യോധഭ്രമിയും, വിരഹിഭീതിസ്ഥലമേയിതു... (നിർജ്ജന)

ചരണം 3 (വാപിയിൽ നോക്കിയിട്ട്)

വർണ്ണം പലതായി മിന്നീടുമന്നങ്ങൾ
ഉന്നമ്രമോദമിരുന്നു രമിപ്പതിൽ
ഒന്നുണ്ടിവിടെ സ്വർണ്ണവർണ്ണം തടവുമിവൻ
എന്നേ സരസാ! കണ്ടാൽ നന്നേ നിതരാമിവൻ

പല്ലവി

കൈക്കൽ വരുന്നാകിൽ നന്നെത്രയും
ചിത്രതരാംഗനിവൻ

ശ്ലോകം 5

അന്യേഷു വൃക്ഷിലതികാദിഷു വീക്ഷിതേഷു
ഖിന്നേ ദൃശൗ നിഷധഭൂമിപതേസ്തദാനീം
ഹംസേ സുവർണ്ണസുഷമേ ദധതുഃ പ്രമോദം
യാവത് സ താവദശയിഷ്ട രതിശ്രമേണ

ചരണം : 3

ഉദ്യാനത്തിൽ പല നിറത്തിലുള്ള ഹംസങ്ങൾ ഇരുന്നു ക്രീഡിക്കുന്നതിൽ സ്വർണ വർണ്ണമുള്ള ഒന്നുണ്ട്. ഇവൻ കണ്ടാൽ ഏറ്റവും നന്നായിരിക്കുന്നു.

ഉന്നമ്രം : ഉയർന്ന, മോദം : സന്തോഷം, നിതരാം : ഏറ്റവും

* എന്നേ സരസാ എന്നതു രണ്ടും വ്യാക്ഷേപകനിപാതങ്ങൾ. പെട്ടെന്നുള്ള ആശ്ചര്യത്തെ കുറിക്കുന്നു.

* സ്വർണ്ണനിറമുള്ള ഹംസം നളനിൽ ആശ്ചര്യം ജനിപ്പിക്കുന്നു.

പല്ലവി

വിചിത്ര അവയവങ്ങളോടുകൂടിയ ഇവനെ കൈക്കൽ കിട്ടുകിൽ എത്രയോ നന്നായിരിക്കും.

ചിത്രം : വിചിത്രം. അംഗം : അവയവം.

ശ്ലോകം : 5

സാരം : വൃക്ഷം, വള്ളി തുടങ്ങിയ വസ്തുക്കൾ കാൺകെ ദുഃഖിതനായ നളന്റെ കണ്ണുകൾ സുവർണ്ണകാന്തിയുള്ള ഹംസത്തിൽ എപ്പോൾ സന്തോഷം പൂണ്ടുവോ അപ്പോൾ അവൻ രതിക്രീഡയ്ക്കു ശേഷമുള്ള തളർച്ചയിൽ ശയിക്കുകയായിരുന്നു.

അന്വയം:

തദാംനീം വൃക്ഷലതാദിഷ്യ അന്യേഷു വീക്ഷിതേഷു ഖിന്നേ നിഷധ ഭൂമിപതേ : ദൃശൗ സുവർണ്ണ സുഷമേ ഹംസേയാവത് പ്രമോദം ദധതു താവത് സഃ രതിശ്രമേണ അശയിഷ്ട.

ഖിന്നൻ : ദുഃഖിതൻ, ദൃശൗ : കണ്ടിട്ട്, തദാംനീം : അപ്പോൾ, സുഷമ : കാന്തി, ദധതു : പൂണ്ടുവോ, പ്രമോദം : സന്തോഷം, യാവത് : എപ്പോൾ, താവത് : അപ്പോൾ, അശയിഷ്ട : ഉറങ്ങി.

വൃത്തം : വസന്തതിലകം.

ശ്ലോകം 6

ഘണ്ടാരം – അടന്ത

അനക്കം കൂടാതെ നരവരനണഞ്ഞാശു കുതുകാ-
ദനർഘസ്വർണ്ണാഭം ശയിതമരയന്നപ്പരിവൃഢം
ഇണക്കാമെന്നോർത്തങ്ങിതമൊടുപിടിച്ചോരളവിലേ
കനക്കും ശോകംപൂണ്ടവനഥ രുരോദാതി കരുണം

ഹംസം

പദം : 6 പല്ലവി

ശിവശിവ ! എന്തു ചെയ്‌വൂ ഞാൻ? എന്നെ-
ച്ചതിച്ചു കൊല്ലുന്നിതു രാജേന്ദ്രൻ

അനുപല്ലവി

വിവശം നിരവലംബം മമ കുടുംബവുമിനി... (ശിവ)

ചരണം : 1

ജനകൻ മരിച്ചുപോയി
തനയൻ ഞാനൊരുത്തനായ്
ജനനി തന്റെ ദശയിങ്ങനെ
അപി ച മമ ദയിതാ കളിയ-
ല്ലനതിചിരസൂതാ പ്രാണൻ
കളയുമതിവിധുരാ, എന്നാൽ
കുലമിതഖിലവുമറുതിവന്നിതു (ശിവ)

ശ്ലോകം : 6
സാരം

ഉണർന്നെങ്കിലോ എന്ന ഭയത്തിൽ അനക്കം കൂടാതെ, വിലമതിക്കാനാവാത്ത സ്വർണ്ണ നിറമാർന്നവനും ഉറങ്ങുന്നവനും ആയ അരയന്ന ശ്രേഷ്ഠനെ ഇണക്കി വളർത്താമെന്ന് കരുതി പ്രീതിയോടെ പിടിച്ചപ്പോൾ വർദ്ധിച്ച ദുഃഖത്താൽ അവൻ അതികരുണമായി വിലപിച്ചു.

അനക്കം കൂടാതെ : ഉണർത്താതെ, അനർഘം : വിലമതിക്കാനാവാത്ത, ആഭ : ശോഭ, പരിവൃഢം : ശ്രേഷ്ഠം, ഇതമൊട് : ഇഷ്ടത്തോടെ, കനക്കും : വർദ്ധിച്ച, രുരോദ : കരഞ്ഞു.

വൃത്തം : ശിഖരിണി

ഹംസം

പദം : 6 പല്ലവി

പ്രജാപരിപാലനം ചെയ്യേണ്ട രാജാവ് നളൻ തന്നെ ചതിയിൽ കൊല്ലാൻ ശ്രമിക്കുന്നു എന്ന് ഹംസത്തിന്റെ ആവലാതി.

* *രതിപരാവശ്യത്തിൽ തളർന്നുറങ്ങുമ്പോഴാണ് തന്നെ പിടിച്ചത് എന്നതാണ് രാജാവ് കാണിച്ച ചതി.*

അനുപല്ലവി

താൻ കൊല്ലപ്പെട്ടാൽ തന്റെ കുടുംബം നിസ്സഹായവും നിരാലംബവുമായി എന്ന് ഹംസം

നിരവലംബം : ആശ്രയമില്ലാത്തത്, മമ : എന്റെ.

ചരണം : 1

അച്ഛനും അമ്മയ്ക്കും താൻ ഒറ്റ മകനാണ്. അച്ഛൻ പണ്ട് മരിച്ചുപോയതിനാൽ അമ്മയ്ക്ക് ഇനി പ്രസവിക്കുക വയ്യ. അത്രയുമല്ല. പ്രസവിച്ച് അധികനാൾ കഴിയാത്ത തന്റെ ഭാര്യയും താൻ അപായപ്പെട്ടാൽ ദുഃഖം സഹിക്കവയ്യാതെ പ്രാണൻ കളയും. മാതാവു മരിച്ചാൽ പ്രായമാകാത്ത ശിശുവും ജീവിക്കുകയില്ല. താൻ നശിച്ചാൽ തന്റെ കുലനാശമെന്ന് ഹംസം സൂചിപ്പിക്കുന്നു.

ജനകൻ : അച്ഛൻ, തനയൻ : പുത്രൻ, ജനനി : അമ്മ, ദശ : അവസ്ഥ, അപി ച : അത്രതന്നെയുമല്ല, ദയിത : ഭാര്യ, അനതി ചിരസൂതാ : പ്രസവിച്ചിട്ടേറെ നാളാകാത്ത അതിവിധുരാ : ദുഃഖം സഹിക്കവയ്യാഞ്ഞിട്ട്, അഖിലം : മുഴുവൻ, അറുതി : അവസാനം

ചരണം 2

ചെറുതും പിഴചെയ്യാതൊരെന്നെക്കൊന്നാൽ ബഹു-
ദുരിതമുണ്ടു തവ ഭൂപതേ!
മനസി രുചിജനകം എന്റെ
ചിറകു മണികനകം ഇതുകൊ-
ണ്ടാക നീ ധനികൻ! അയ്യോ!
ഗുണവുമനവധിദോഷമായിതു.... (ശിവ)

സാവേരി – അടന്ത

പദം 7. ചരണം 1

അറിക ഹംസമേ! അരുതു പരിദേവിതം
വിരസഭാവമില്ല നിന്നിൽ മേ
ദേഹമനുപമിതം കാണ്മാൻ
മോഹഭരമുദിതം, നിങ്കൽ
സ്നേഹമേ വിഹിതം, ന മയാ
ദ്രോഹമിതുപൊഴുതമരഖഗവര! ഗുണനിധേ!
ഖേദമരുതു തേ, പറന്നിച്ഛയ്ക്കൊത്തവഴി ഗച്ഛ നീ

ചരണം 2

ചെറിയ പിഴപോലും ചെയ്യാത്ത എന്നെക്കൊന്നാൽ രാജാവിനു വലിയ പാപമുണ്ട്. മണികനകമായ എന്റെ ചിറകു നിന്റെ മനസ്സിൽ താത്പര്യം ജനിപ്പിക്കുന്നു. എന്റെ ചിറകിലെ കനകത്തിലാണ് നളന് കൊതി എന്നർത്ഥം. അങ്ങനെയെങ്കിൽ ഈ ചിറകുകൊണ്ട് നീ ധനികനാവുക എന്ന് ഹംസത്തിന്റെ പരിഹാസം. ചിറക് തനിക്ക് ഗുണത്തിനെന്നപോലെ ദോഷത്തിനുമായല്ലോ എന്ന് ഹംസത്തിന്റെ പശ്ചാത്താപം.
പിഴ : തെറ്റ്, ജനകം : ജനിപ്പിക്കുന്ന.

* *ഇതുകൊണ്ടാക നീ ധനികൻ എന്നതിന് എന്നെ കൊന്നുകിട്ടുന്ന ഈ സ്വർണ്ണ ചിറകു കൊണ്ടൊന്നും നീ കോടീശ്വരനാകാൻ പോകുന്നില്ലെന്നും വ്യാഖ്യാനഭേദം. ഹംസത്തിന്റെ നിസ്സഹായാവസ്ഥയിൽ നളന്റെ വ്യർത്ഥപ്രവൃത്തിയെക്കുറിച്ചുള്ള ഓർമ്മപ്പെടുത്തൽ എന്ന മട്ടിൽ ശരിയായ അർത്ഥം.*

പദം 7. ചരണം : 1

ഹംസത്തോട് വിലാപം വേണ്ടെന്ന് നളൻ. നിന്നിൽ എനിക്ക് വിരോധഭാവമില്ല. മനോഹരമായ നിന്റെ ശരീരം കണ്ട് എന്നിൽ വലിയ മോഹമുദിച്ചു. എനിക്ക് നിന്നിൽ വിഹിതമായത് സ്നേഹമാണ്. എന്നാൽ നിനക്ക് ദ്രോഹം ഉണ്ടാവില്ല. ഖേദമില്ലാതെ ഇഷ്ടമുള്ള വഴി പറന്നുപൊയ്ക്കൊള്ളാൻ ഹംസത്തോട് നളൻ.
പരിദേവിതം : വിലാപം, മേ : എനിക്ക്, മോഹഭരമുദിതം : വർദ്ധിച്ച ആഗ്രഹം ജനിച്ചു, അനുപമിതം : ഉപമിക്കാനാവത്തത്. (വിഹിതം ചെയ്യപ്പെട്ടത്), മയാ ദ്രോഹം നഃ എന്നാൽ ദ്രോഹം ഉണ്ടാവില്ല. ഇതുപൊഴുത് : ഇപ്പോൾ, ഖഗവരൻ : പക്ഷിശ്രേഷ്ഠൻ ഇച്ഛ : ആഗ്രഹം, ഗച്ഛ : പോവുക.

കാമോദരി – ചെമ്പട

ശ്ലോകം 7

ഇതി സ നൃപതിനാ ഖഗോ വിസൃഷ്ടോ
നിജജനസന്നിധിമേത്യ ജാതമോദം
അഥ വിഗതഭയോ ദയാപയോധിം
നികടഗതോ നിഷധേശ്വരം ന്യഗാദീൽ

ഹംസം

പദം 8 പല്ലവി

ഊർജ്ജിതാശയ! പാർത്ഥിവ! തവ ഞാൻ
ഉപകാരം കുര്യാം

അനുപല്ലവി

ഓർത്തുകണ്ടോളം ഉത്തമനും നീ
ഉപമാ നഹി തവ മൂന്നുലകിലും (ഊർജ്ജി)

ചരണം 1

ഭൂതലമഖിലം ഭ്രൂലതികാ - പരി
പാതി നൃപാധിപ! തേ

ശ്ലോകം : 7

സാരം : ഇപ്രകാരം രാജാവിനാൽ വിട്ടയക്കപ്പെട്ട ആ പക്ഷി സന്തോഷത്തോടെ സ്വജനങ്ങളുടെ അടുത്തുചെന്നിട്ട്, അനന്തരം ഭയമുപേക്ഷിച്ച് അടുത്തുവന്ന് ദയാവാരിധിയായ നളനോട് പറഞ്ഞു.

അന്വയം :

ഇതി നൃപതിനാ വിസൃഷ്ടഃ : സഃ ഖഗഃ ജാതമോദം നിജ്ജനസന്നിധിം ഏത്യ, അഥ വിഗതഭയഃ : നികടഗത ദയാപയോധിം നിഷധേശ്വരം ന്യാഗദീത്

ഇതി : ഇപ്രകാരം, വിസൃഷ്ട : വിട്ടയക്കപ്പെട്ട, നിജ്ജനസന്നിധി : സ്വജനങ്ങളുടെ സന്നിധി, ജാതമോദം : വർദ്ധിച്ച സന്തോഷത്തോടെ, വിഗത ഭയം : ഭയമില്ലാതെ, ദയാപയോധി : ദയാവാരിധി, നികടഗത : സമീപത്തു വന്ന്, ന്യാഗദീത് : പറഞ്ഞു.

വൃത്തം : പുഷ്പിതാഗ്ര

* *ഉണ്ണായിവാര്യരുടെ ഭാവസൂക്ഷ്മത ശ്ലോകത്തിൽ.*

ഹംസം

പദം 8 പല്ലവി

ഉദാരബുദ്ധിയായ രാജാവേ, നിനക്ക് ഞാൻ ഉപകാരം ചെയ്യാം

ഊർജ്ജിതാശയൻ : ഉദാരശീലൻ, പാർത്ഥിവൻ : രാജാവ്, കുര്യാം : ചെയ്യാം.

അനുപല്ലവി :

കണ്ടിടത്തോളം നിനക്കു സദൃശ്യനായി മൂന്നുലോകത്തിലും ആരുമില്ല.

ഉത്തമൻ : ശ്രേഷ്ഠൻ, തവ : നിനക്ക്

ചരണം : 1

ഹേ നൃപാധിപ! നിന്റെ പുരികക്കൊടി ഭൂമി മുഴുവൻ പരിപാലിക്കുന്നു. (അതിന്റെ ശരീരം എല്ലാവരുടെയും കണ്ണുകൾക്ക് കൗതുകമുണ്ടാകുന്ന ഭൂതദയയ്ക്ക് ഇരിപ്പിടമായവനേ, അങ്ങയുടെ എല്ലാ കാര്യവും ആദരണീയമാകുന്നു. കാമനെപ്പോലെ സുന്ദരനായവനേ, ഗുണങ്ങൾക്കൊണ്ട് നിനക്ക് ചേർന്നവളും സുലളിതയുമായ ഒരു ദയിതയെ ഇതുവരെയും നിനക്ക് ലഭിച്ചിട്ടില്ല.

നൂതനസുഷമം വപുരഖിലേക്ഷണ-
കൗതുകമാതനുതേ
ആദരണീയമശേഷമഹോ! തവ
ഭൂദദയാവസതേ!
ചൂതശരാഭ! ഗുണൈരുചിതാ ദയി-
താ തവ ജാതു ന മിളിതാ സുലളിതാ (ഊർജ്ജി)

ചരണം 2

ദർപ്പിതരിപുനൃപകല്പകൃശാനു വി-
ദർഭമഹീരമണൻ
കെല്പുള്ള ഭീമനു ചൊല്പേറുമൊരു മകൾ
അപ്രതിമാ ഭുവനേ
ത്വത്പ്രിയയാകിലനല്പഗുണത്വം
നിഷ്ഫലമല്ലയി! തേ
തദ്ഘടനായ പ്രഗല്ഭത മേ മതി-
യാം; തരവേണമിന്നതിനായനുമതി. (ഊർജ്ജി)

ചരണം 3

കാമിനി രൂപിണി ശീലവതീമണി
ഹേമാമോദസമാ
ഭീമനരേന്ദ്രസുതാ ദമയന്തീ
നാമ രമാനവമാ

ഭൂതലം : ഭൂമി, ഭൂലതിക : പൂരികക്കൊടി, പരിപാതി : പരിപാലിക്കുന്നു, തേ : നിന്റെ, വപുസ്സ് : ശരീരം, അഖിലേക്ഷണം : എല്ലാ കണ്ണുകൾക്കും. ആതനുതേ : ഉണ്ടാക്കുന്നു, ചൂതശരാഭൻ : കാമസുന്ദരൻ, ഗുണൈഃ : ഉചിതാ : ഗുണങ്ങൾക്കൊണ്ട് നിനക്ക് ചേർന്നവളും, ദയിത : ഭാര്യ, ജാതു തവ ന മിളിതാ : ഇതുവരെയും നിനക്ക് ലഭിച്ചിട്ടില്ല.

ചരണം : 2.

അഹങ്കാരികളായ ശത്രുരാജാക്കന്മാർക്ക് പ്രളയാഗ്നിയായ ശക്തനായ വിദർഭരാജാവ് ഭീമന്, സൗന്ദര്യസൗശീലങ്ങൾക്കൊണ്ട് പ്രശസ്തയായ, ലോകത്തിൽ മറ്റ് സാദൃശ്യങ്ങൾ ഇല്ലാത്ത ഒരു മകളുണ്ട്. അവൾ നിന്റെ പ്രിയതമയാകുകയാണെങ്കിൽ അല്പമല്ലാത്ത ഗുണമുണ്ടാകും. അവളെ നിന്നോട് ചേർക്കുന്നതിന് എനിക്ക് തികച്ചും പ്രാഗത്ഭ്യമുണ്ട്. അതിനായി ഇന്ന് അനുവാദം തരണം.

ദർപ്പം : അഹങ്കാരം, കല്പകൃശാനു : പ്രളയകാലാഗ്നിയായവൻ, മഹീരമണൻ : രാജാവ്, കെല്പുള്ള : ശക്തനായ, ചൊല്പേറും : കീർത്തിയുള്ള, ഭുവനേ അപ്രതിമാ : ലോകത്തിൽ സാദൃശ്യമില്ലാത്തവൾ. ത്വത് : നിന്റെ, അനല്പഗുണം : അല്പമില്ലാത്ത ഗുണം, തദ്ഘടനായ : അവളെ നിന്നോട് ചേർക്കുന്നതിന്, പ്രഗത്ഭത : സാമർത്ഥ്യം, മേ : എനിക്ക്, മതിയാം : വേണ്ടുവോളം, അനുമതി : അനുവാദം.

ചരണം : 3

ഉത്തമമായ ദമയന്തി അനുരാഗിയായ ഇന്ദ്രനെപ്പോലും ഉപേക്ഷിച്ച് നിന്റെ നേർക്ക് അനുരാഗമുള്ളവളായിത്തീരും. അതിനുള്ള ഭാരം എനിക്കാകുന്നു.

ശേഷം പദങ്ങളെല്ലാം ദമയന്തിക്ക് വിശേഷങ്ങൾ

കാമിനിരൂപിണി : സുന്ദരി, ശീലവതി, ഹേമാമോദസമാ : സ്വർണ്ണത്തിന് സുഗന്ധം ചേർന്നാലെന്ന പോലുള്ളവൾ, സുത : പുത്രി, രമാനവമാ : ലക്ഷ്മിയെപ്പോലെ നിർദ്ദോഷയായവൾ, അവമം : ദോഷം, അമരധാമ.... കോമളിമാ : സ്വർലോക സ്ത്രീകളുടെ അഹങ്കാരപെരുപ്പത്തിന് വിരാമം വരുത്തുന്ന ലാവണ്യമുള്ളവൾ, വിരാമം : അറുതി, ത്വാം : നിന്നിൽ, അതെനിക്കുഭരം : അതിനുള്ള ചുമതല എന്റെതാണ്, രാഗിണം : അനുരക്തനായ, അമരാധിപതി : ഇന്ദ്രൻ, അപഹായ : തിരസ്ക്കരിച്ച്.

സാമരധാമവധൂമദഭ്രമവി-
രാമദകോമളിമാ
ത്വാമനുരാഗിണിയാം: അതെനിക്കു ഭരം
അമരാധിപതിമപഹായ രാഗിണം.... (ഊർജ്ജിതാ)
തോടി ചെമ്പട

നളൻ

പദം 9. പല്ലവി

പ്രിയമാനസ! നീ പോയ് വരേണം
പ്രിയയോടെന്റെ വാർത്തകൾ ചൊൽവാൻ

അനുപല്ലവി

പ്രിയമെന്നോർത്തിതു പറകയോ മമ?
ക്രിയകൊണ്ടേവരുമിരുന്നീടുമോ നീ (പ്രിയ)

ചരണം 1

പലരും ചൊല്ലിക്കേട്ടു നളിനമുഖിതൻ കഥ
ബലവദംഗജാർത്തി പെരുത്തിതു ഹൃദി മേ
ഒരുവൻ സഹായമില്ലെന്നുരുതരവേദനയാ
മരുവുന്നനേരം നിന്റെ പരിചയം വന്നു ദൈവാൽ (പ്രിയ)

---

* *കാമിനിയും രൂപിണിയും ആയ ദമയന്തി ശീലവതി കൂടിയാണ്. സൗന്ദര്യത്തോടും യൗവ്വനത്തോടും ഒപ്പം സ്വഭാവഗുണം കൂടി ഉണ്ടായതുകൊണ്ടാണ് സ്വർണ്ണത്തിന് സുഗന്ധം വന്നതിനോട് താരതമ്യപ്പെടുത്തിയത്.*

അലങ്കാരം : ഉപമ

നളൻ

പദം : 9 പല്ലവി

പ്രിയപ്പെട്ടവനെ ! പ്രിയയോട് എന്റെ വാർത്തകൾ ചൊല്ലുന്നതിനായി നീ പോയിവരണം.

പ്രിയമാസൻ : മാനസസരസ്സിൽ പ്രിയമുള്ളവൻ (അരയന്നങ്ങൾക്കില്ലാത്ത ദിവ്യത്വം മാനസസരസ്സിൽ താമസിക്കുന്ന രാജഹംസത്തിനുണ്ട്)

* *തനിക്ക് പ്രിയപ്പെട്ടവനെ എന്ന അർത്ഥത്തിലും പ്രിയങ്കരമായ മനസ്സുള്ളവനെ എന്ന അർത്ഥത്തിലും പ്രിയമാനസ എന്ന അഭിസംബോധന ചേരും.*

അനുപല്ലവി

നീ പ്രിയം പറയുന്നതു മാത്രമേ ഉള്ളോ, അതോ വാക്കുപോലെ പ്രവർത്തിക്കുമോ?

ക്രിയ : പ്രവൃത്തി.

ചരണം : 1

പലരും ചൊല്ലിക്കേട്ട സുന്ദരിയുടെ കഥയിൽ കഠിനമായ താത്പര്യം തോന്നി. ഒരുവനും സഹായത്തിനില്ലെന്ന് ശക്തമായി വേദനിക്കുമ്പോഴാണ് ദൈവകൃപയിൽ നിന്റെ പരിചയം വന്നത്.

നളിനം : താമര, ബലവദംഗജാർത്തി : ശക്തമായ കാമജ്വരം, പെരുത്തു : വർദ്ധിച്ച, ഹൃദിമേ : ഹൃദയത്തിൽ, ഉരുതരം : വർദ്ധിച്ച, മരുവുന്നനേരം : കഴിയുന്ന നേരം, ദൈവാൽ ദൈവകൃപയാൽ.

ചരണം 2

അഖിലവും കേട്ടു ധരിച്ചഴകൊടു ചൊല്ലുവാനും
സുഖമായങ്ങുമിങ്ങും നടന്നെത്തുവാനും
ന ഖലു സന്ദേഹം, വിധിമികവേറും നിന്നെ മമ
സഖിയായിട്ടല്ല നല്ല നിധിയായിട്ടല്ലോ തന്നു (പ്രിയ)

ചരണം 3

വചനകൗശലേന കാമിനിമാർമണിയെ
വശഗയാക്കി മമ തരിക സഖേ! നീ
ഇതിനു പ്രതിക്രിയയോ വിധി തന്നെ തവ ചെയ്യും
ചതിയല്ലാ നീയല്ലാതൊരു ഗതിയില്ലിന്നെനിക്കാരും (പ്രിയ)

രംഗം മൂന്ന് :

കുണ്ഡിനപുരിയിലെ ഉദ്യാനം

പുന്നാഗവരാളി – ചെമ്പട

ശ്ലോകം 8

ഇതി നളഗിരാ യാതേ ഹംസേ വിദർഭപുരീം ഗതേ
തദുപവനദേശാന്തേ ശാന്തേ നിഷീദതി കുത്രചിത്

ചരണം : 2

ഞാൻ പറയുന്നത് മുഴുവൻ കേട്ട് അവിടെ ചെന്ന് സുന്ദരമായി പറയുവാനും സുഖമായി മടങ്ങിവരുവാനും വിധി സമർത്ഥനായ നിന്നെ എനിക്കൊരു ബന്ധുവായിട്ടുമാത്രമല്ല. ഒരു നിധിയായിട്ട് തന്നെയാണ് തന്നത്, ഇതിൽ സംശയമില്ല.

ന ഖലു സന്ദേഹം : ഒട്ടും സംശയമില്ല. മികവ് : സാമർത്ഥ്യം.

* *ഹംസം സന്ദേശവാഹകനാവണമെന്ന് നളൻ സൂചിപ്പിക്കുന്നു. സന്ദേശത്തിനായി കൈവന്ന സൗഭാഗ്യമാണ് ഹംസം.*

ചരണം : 3

വചന കൗശലത്താൽ സുന്ദരീരത്നത്തെ നീ എനിക്കു വശഗയാക്കി തരിക. വശഗയാക്കി തന്നാൽ അതിനു പ്രത്യുപകാരം ചെയ്യാൻ ഈശ്വരനു മാത്രമേ കഴിയൂ. അത്ര വലിയതാണ് ഉപകാരം എന്ന് സാരം.

വചന കൗശലേന : വാക് സാമർത്ഥ്യത്താൽ, വശഗയാക്കി : അനുകൂലയാക്കി (വശംവദയാക്കി), പ്രതിക്രിയ : പ്രതിഫലം, ഗതി : ആശ്രയം.

* *ഹംസം മാത്രമേ തനിക്ക് ഗതിയുള്ളൂ എന്ന നളന്റെ നിസ്സഹായാവസ്ഥ ചരണത്തിൽ.*

* *മൂലകഥയിലും ഉണ്ണായിവാര്യരുടെ നളചരിതത്തിലും ഹംസത്തെ മോചിപ്പിക്കുന്നതിൽ വ്യത്യാസം. മൂലത്തിൽ ഭൈമിയെ വശഗയാക്കാമെന്ന ഹംസത്തിന്റെ ഉറപ്പിന്മേലാണ് ഹംസം മോചിപ്പിക്കപ്പെട്ടത്. വാര്യരുടെ നളചരിതത്തിലാകട്ടെ, മോചിപ്പിക്കപ്പെട്ട് ഹംസം പ്രത്യുപകാരം ചെയ്യുന്നതായാണ് ഉള്ളത്. നളനെ ശ്രേഷ്ഠമായി ചിത്രീകരിക്കാൻ വേണ്ടിയാണ് വാര്യരുടെ ശ്രമം.*

രംഗം : 3

കുണ്ഡിനപുരിയിലെ ഉദ്യാനം

(ദമയന്തിയുടെയും തോഴിമാരുടെയും ഉദ്യാനപ്രവേശം, ഹംസത്തിന്റെ വരവ്, ഹംസത്തെ കൈക്കലാക്കാനുള്ള ദമയന്തിയുടെ ശ്രമം, ഹംസദമയന്തീ സംഭാഷണം തുടങ്ങിയവ കുണ്ഡിനപുരിയിലെ ഉദ്യാനത്തിൽ വെച്ച് നടക്കുന്ന മൂന്നാം രംഗത്തിൽ)

ശ്ലോകം : 8

സാരം : ഇപ്രകാരം നളന്റെ വാക്കുകൊണ്ട് പുറപ്പെട്ട ഹംസം വിദർഭപുരിയിലെത്തിയിട്ട് അവിടത്തെ ഉദ്യാനത്തിൽ ശാന്തമായി ഒരിടത്ത് ചെന്നിരിക്കുമ്പോൾ, അനന്തരം നളന്റെ ഗുണങ്ങളെപ്പറ്റി കേട്ടറിഞ്ഞ് അവനോടുള്ള കാമവേദന മറയ്ക്കുവാൻ ശക്തിയില്ലാതെയായ ദമയന്തി സ്നേഹം നിറഞ്ഞ തോഴികളാൽ ഈ ഉപവനത്തിലേക്ക് ആനയിക്കപ്പെട്ടു.

ശ്രുതി നളഗുണാ ഭൈമീ കാമാതിഗൂഹനനിസ്സഹാ
വനമുപഗതാ നീതാ ജാതാദരാഭിരഥാളിഭിഃ

ഭൈമിയും സഖിമാരും

പദം 10

1. പൂമകനും മൊഴിമാതും, ഭൂമിദേവിതാനും
കാർമുകിലൊളിവർണ്ണനും പൂമാതും ജയിക്ക!

2. ശ്രീമഹാദേവൻ ജയിക്ക മാമലമകളും
സോമനും രോഹിണിതാനും കാമനും രതിയും

3.ഇന്ദ്രനമിന്ദ്രാണിതാനും എന്നുവേണ്ടാ സർവ്വ-
വൃന്ദാരകദമ്പതികൾ സമ്പദേ ഭവിക്ക

4.അനസൂയാലോപാമുദ്രയും അരുന്ധതിമുൻപാകും
മുനിഗൃഹിണിമാരെല്ലാരും അനുഗൃഹ്ണന്തു നമ്മെ

അന്വയം :
ഇതി നളഗിരാ യാതേ ഹംസേ വിദർഭപുരീം ഗതേ, തദുപ വനദേശാന്തേ ശാന്തേ കുത്രചിത് നിഷീദതി അഥ ശ്രുത നള ഗുണാ കാമാതി ഗൂഹന നിസ്സഹാ ഭൈമി ജാതാദ രാഭിഃ ആളിഭിഃ ഇദം വനം ഉപാനീതാഃ
നളഗിരാ : നളന്റെ വാക്കുകൊണ്ട്, യാതേ : പുറപ്പെട്ട, ഗതേ : പ്രാപിച്ചിട്ട്, ഉപവനം : പൂന്തോട്ടം, നിഷീദതി : ഇരിക്കുമ്പോൾ, കുത്രചിത് : ഒരിടത്ത്, ശ്രുതി : കേട്ടറിഞ്ഞ്, കാമ.... നിസ്സഹാ : കാമത്തെ ഒളിക്കുന്നതിന് കഴിയാതെ, ഉപാനീതാ : ആനയിക്കപ്പെട്ടു, ജാതാദരാഭിഃ : ആദരത്തോടുകൂടിയിരിക്കുന്ന, ആളി ഭിഃ സഖിമാരാൽ.
വൃത്തം : ഹരിണി

* *നളനെപോലെ ദമയന്തിയും മദനാർത്തിയിൽ ഉപശാന്തിക്ക് ഉദ്യാനത്തിലെത്തുന്നു. പ്രാചീന ക്ലാസിക്കൽ കാവ്യങ്ങളിൽ ഒരു സങ്കേതംപോലെ ഇത്തരം അവസരങ്ങൾ കാണാം.*

ഭൈമിയും സഖിമാരും

പദം : 10

ദിവ്യദമ്പതികളുടെ അനുഗ്രഹം തേടിയുള്ള പ്രാർത്ഥനയാണ് നാലു ഖണ്ഡങ്ങൾ ഉള്ള സഖിമാർ വരുന്ന വഴിക്കു പാടുന്ന ഈ പദം. പദത്തിൽ പ്രസിദ്ധരായ ദമ്പതിമാരോട് തങ്ങളെ അനുഗ്രഹിക്കാൻ പ്രാർത്ഥിക്കുന്നു. അതേ ദിവ്യത ദമ്പതികളാകാൻ പോകുന്ന നളനും ദമയന്തിക്കും ഉണ്ടായിവരട്ടെ എന്ന ആശംസ പ്രാർത്ഥനയിൽ അന്തർഭവി ച്ചിരിക്കുന്നു. ഈ ദമ്പതിമാരെപ്പോലെ ദമയന്തിക്ക് തനിക്കു ചേർന്ന ഭർത്താവിനെ ലഭിക്കട്ടെ എന്ന വ്യംഗ്യം.
പൂമകൻ : ബ്രഹ്മാവ്, മൊഴിമാത് : സരസ്വതി, കാർമുകിലൊളിവർണ്ണൻ : മഹാവിഷ്ണു, പൂമാത് : മഹാലക്ഷ്മി, മഹാദേവൻ : ശിവൻ, മാമലമകൾ : ഹിമവാന്റെ പുത്രി (പാർവ്വതി), സോമൻ : ചന്ദ്രൻ, രോഹിണി : രോഹിണി നക്ഷത്രം, രതി : കാമദേവന്റെ ഭാര്യ, ഇന്ദ്രാണി : ഇന്ദ്രന്റെ ഭാര്യ, വൃന്ദാരകർ : ദേവന്മാർ, സമ്പദേ ഭവിക്ക : ശ്രേയസ്സിനായി ത്തീരുക, അനസൂയ : അത്രിമഹർഷിയുടെ പത്നി, ലോപാമുദ്ര : അഗസ്ത്യമുനിയുടെ പത്നി, അരുന്ധതി : വസിഷ്ഠന്റെ പത്നി, അനുഗൃഹ്ണന്തു : അനുഗ്രഹിക്കട്ടെ.

* *തോഴിമാരോടൊപ്പം ദമയന്തിയും ഈ പ്രാർത്ഥനയിൽ പങ്കുചേരുന്നതായി കരുതുന്ന താണ് നല്ലത്.*

തോടി - ചെമ്പട

ശ്ലോകം 9

ആകാരൈരവഗതാമാളിഭിസ്വവാചാ
നാകാർഷീത് പ്രകടമിയം നളാഭിലാഷം
ആവിഷ്ടാ പ്രമദവനന്ത്വഭാഷതാളീ-
രാദീപ്തസ്മരപരിതാപവേപിതാംഗീ.

ഭൈമി

പദം 11. പല്ലവി

സഖിമാരേ! നമുക്കു ജനകപാർശ്വേ
ചെന്നാലല്ലീ കൗതുകം?

അനുപല്ലവി

സകലഭൂതലഗതകഥകൾ ചിലർ പറയും
സമയം കഴിപ്പതിനു സദുപായമിതു നല്ലൂ.... (സഖി)

ശ്ലോകം : 9

സാരം : ഇവൾ മുഖഭാവങ്ങൾക്കൊണ്ടും മറ്റും സഖിമാരാൽ ഊഹിച്ചറിയപ്പെട്ട നളാഭിലാഷം സ്വന്തം വാക്കുകൊണ്ട് വെളിപ്പെടുത്തിയില്ല. പ്രമദവനത്തിലെത്തിയപ്പോഴാകട്ടെ ആളിക്കത്തുന്ന കാമവേദനയാൽ ശരീരം വിറച്ചുകൊണ്ട് സഖിമാരോടു പറഞ്ഞു.

അന്വയം :

ഇയം ആകാരൈഃ ആളിഭി അവഗതം നളാഭിലാഷം സ്വവാചാ പ്രകടം ന അകാഷീൽ പ്രമദവനം ആവിഷ്ടാതു ആദീപ്ത സ്മരപരിതാപവേപിതാംഗി ആളീം അഭാഷത.

ആകാരൈഃ മുഖഭാവങ്ങൾക്കൊണ്ടും മറ്റും, അവഗതം : അറിയപ്പെട്ട, സ്വവാചാ : സ്വന്തം വാക്കുകളെക്കൊണ്ട്, നഃ അകാർഷീത് : വെളിപ്പെടുത്തിയില്ല, ആവിഷ്ട : പ്രാപിച്ചവളായിട്ട് (എത്തിയപ്പോൾ), ആളിം അഭാഷക : സഖിമാരോടു പറഞ്ഞു, ആദീപ്ത.... താംഗീ : ജ്വലിക്കുന്ന മന്മഥതാപത്താൽ വിറയ്ക്കുന്ന ശരീരത്തോടു കൂടിയവളായിട്ട്, ഇയം : ഇവൾ.

വൃത്തം : പ്രഹർഷിണി

ഭൈമി

പദം 11. പല്ലവി.

അച്ഛന്റെ അടുത്തേക്ക് പോവുന്നതാണ് നല്ലതെന്ന് തോഴിമാരോട് ദമയന്തി.

ജനകൻ : അച്ഛൻ, പാർശ്വേ : അരികത്ത്.

* *അന്തഃപുരത്തിൽ അച്ഛന്റെ അരികെ കഴിഞ്ഞപ്പോഴാണ് മനഃസമാധാനം കിട്ടാതെ ഭൈമി ഉപവനത്തിൽ തോഴിമാരോടൊപ്പം വന്നത്. ഇവിടെ വന്നപ്പോൾ കൊട്ടാരത്തിൽ കഴിയുകയാണ് ഭേദമെന്നു തോന്നുന്നു. എവിടെയാവുമ്പോഴും ദമയന്തിക്ക് മനസ്സിന് സ്വാസ്ഥ്യം ലഭിക്കുന്നില്ല.*

അനുപല്ലവി

ജനകന്റെ സന്നിധിയിൽ എത്തുന്ന പലരും ലോകവിശേഷങ്ങൾ പറയും. സമയം നീക്കുന്നതിന് അതാണ് നല്ല ഉപായം.

ഗതകഥകൾ : കഴിഞ്ഞ കാലകഥകൾ, സദുപായം : നല്ല ഉപായം.

* *രാജസന്നിധിയിൽ കഥ പറയുന്ന കൂട്ടത്തിൽ നളന്റെ കഥ പറയുന്നത് കേൾക്കാൻ കഴിഞ്ഞെങ്കിലോ എന്നാണ് ദമയന്തിയുടെ ഇപ്പോഴത്തെ ചിന്ത.*

ഒരു സഖി

ചരണം 1

പോക പൂങ്കാവിലെന്ന പുതുമധുവചനേ!
വലിയ നിർബ്ബന്ധം തവ വാഴുന്നേരം ഭവനേ
പോവാൻ തന്നെയോ വന്നു? പൂർണ്ണേന്ദുവദനേ!
കാമിനീമൗലേ! ചൊൽക കാതരനയനേ!

പല്ലവി (സഖിയുടെ)

സുഖമായ് നമുക്കിന്നിവിടെ നൂനം
തോഴി! ഭൈമി! കാൺക നീ

ദ്വിജാവന്തി – ചെമ്പട

ഭൈമി

പദം 12. ചരണം 1

ചലദളിഝങ്കാരം ചെവികളിലംഗാരം
കോകിലകൂജിതങ്ങൾ കൊടിയ കർണ്ണശൂലങ്ങൾ
കുസുമസൗരഭം നാസാകുഹരസരസ്സൈരിഭം
അതിദുഃഖകാരണമിന്നാരാമസഞ്ചരണം (സഖി)

ഒരു സഖി

ചരണം : 1

വീട്ടിൽ ആയിരിക്കുമ്പോൾ പൂന്തോട്ടത്തിലേക്കു പോകാം. എന്നതായിരുന്നു ദമയന്തിയുടെ നിർബന്ധം. ഇവിടെ നിന്നും തിരിച്ചു പോകാൻ തന്നെയാണോ ഇങ്ങോട്ട് വന്നതെന്ന് ഒരു സഖിയുടെ ചോദ്യം.

ശേഷം ദമയന്തിക്ക് വിശേഷണങ്ങൾ.

പൂങ്കാവ് : ഉദ്യാനം, പുതുമധുവചന : പൂന്തേൻമൊഴി, ഭവനം : വീട് (കൊട്ടാരം), പൂർണ്ണേന്ദുവദന : പൂർണ്ണചന്ദ്രന്റെ മുഖമുള്ളവൾ, കാമിനീമൗലേ : സുന്ദരിമാരിൽ ശ്രേഷ്ഠയായവളേ, കാതരനയന : ദയാപരമായ മിഴിയുള്ളവൾ.

* *സഖിമാർ ദമയന്തിയെ ഉദ്യാനത്തിൽ തന്നെ കഴിയാൻ പ്രേരിപ്പിക്കുന്നു.*

* *ദമയന്തിയുടെ അവസ്ഥയ്ക്ക് കാരണം ചോർത്തിയെടുക്കാൻ തോഴിയുടെ ശ്രമം.*

പല്ലവി

ഉദ്യാനം തന്നെയാണ് സുഖകരമായതെന്നും, ഉദ്യാനത്തെ നോക്കി കാണുക എന്നും ദമയന്തിയോട് തോഴി.

നൂനം : തീർച്ചയായും.

ഭൈമി

പദം 12. ചരണം : 1

ഇപ്പോൾ എനിക്ക് ആരാമസഞ്ചരണം അതിദുഃഖകരമായിരിക്കുന്നു. എന്തുകൊണ്ടെന്നാൽ ചലിക്കുന്ന വണ്ടുകളുടെ മുരൾച്ച ചെവികൾക്ക് തീക്കനലായും, കുയിലിന്റെ കൂകൽ ക്രൂരമായ കർണ്ണശൂലങ്ങളായും അനുഭവപ്പെടുന്നു. പൂക്കളുടെ സുഗന്ധമാകട്ടെ നാസാദ്വാരമാകുന്ന സരസ്സിനെ കലക്കിമറിക്കുന്ന കാട്ടുപോത്തായും ആണ് തോന്നുന്നത്.

ചലത് : ചലിക്കുന്ന, അളി : വണ്ട്, ങ്കാരം : മുരൾച്ച, അംഗാരം : തീക്കനൽ, കൂജിതം : കൂവൽ, കൊടിയ : മൂർച്ചയേറിയ, നാസാകുഹരസരസ്സ് : നാസാദ്വാരമാകുന്ന സരസ്സ്, സൈരിഭം : കാട്ടുപോത്ത്, ആരാമം : ഉദ്യാനം, സഞ്ചരണം : യാത്ര.

* *കാമുക സമാഗമം സാധ്യമാവാഞ്ഞതിനാലാണ് സുന്ദരവസ്തുക്കൾ ദമയന്തിക്ക് ദുഃഖകരമാവുന്നത്.*

ചരണം 2

മിന്നൽക്കൊടിയിറങ്ങി മന്നിലേവരികയോ?
വിധുമണ്ഡലമിറങ്ങി ക്ഷിതിയിലേ പോരികയോ?
സ്വർണ്ണവർണ്ണമാമന്നം പറന്നിങ്ങു വരികയോ?
കണ്ണുകൾക്കിതു നല്ല പീയൂഷധരികയോ?

ആഹരി - അടന്ത

ഭൈമി

പദം 13. ചരണം 1

കണ്ടാലെത്രയും കൗതുകമുണ്ടിതിനെ, പണ്ടു
കണ്ടില്ല ഞാനേവംവിധം കേട്ടുമില്ല.

ചരണം 2

സ്വർണ്ണവർണ്ണമരയന്നം മഞ്ജുനാദമിതു
നിർണ്ണയമെനിക്കിണങ്ങുമെന്നു തോന്നും

ചരണം 3

തൊട്ടേനേ ഞാൻ കൈകൾ കൊണ്ടു തോഴിമാരേ! കൈക്കൽ
കിട്ടുകിൽ നന്നായിരുന്നു കേളിചെയ്‌വാൻ

ചരണം 2

ഹംസത്തിന്റെ വരവ് ദമയന്തി കാണുന്നു. അരയന്നത്തിന്റെ വരവ്(ദമയന്തിയുടെ കാഴ്ചയിൽ) ക്രമാനുഗതമായി ചരണത്തിൽ വർണിക്കുന്നു. വിദൂരതയിൽ മിന്നൽക്കൊടിയുടെ ശോഭ പരത്തിയ അരയന്നത്തെ കുറെ അടുത്തെത്തിയപ്പോൾ ചന്ദ്രബിംബം ഇറങ്ങിവരുന്ന പ്രതീതി ഉണ്ടാക്കി. വളരെ അടുത്തെത്തിയപ്പോൾ ദമയന്തിക്ക് സ്വർണ്ണവർണ്ണമായ ഹംസമാണെന്ന് ഉറപ്പായി.

വിധു മണ്ഡലം : ചന്ദ്രബിംബം, ക്ഷിതി: ഭൂമി, പിയൂഷധരിക: അമൃതധാര.

ഭൈമി

പദം 13 ചരണം : 1

അരയന്നത്തോട് ഭൈമിക്ക് പ്രിയം തോന്നുന്നു. ഇതുപോലൊത്ത അരയന്നത്തെ മുൻപ് കാണുകയോ ഈ വിധം ഉണ്ടെന്ന് കേൾക്കുകയോ ചെയ്തിട്ടില്ല.

ഏവം വിധം : ഇപ്രകാരം.

ചരണം:2

സ്വർണ്ണ നിറവും മനോഹര ശബ്ദവും ഉള്ള ഹംസം തീർച്ചയായും എനിക്ക് ഇണങ്ങുമെന്നു തോന്നുന്നു.

മഞ്ജു : മനോഹരം, നിർണയം: തീർച്ചയായും

ചരണം :3

ദമയന്തിയുടെ ഹംസത്തെ പിടിക്കാനുള്ള ശ്രമം. ഇപ്പോൽ തന്നെ കൈകൊണ്ട് തൊടാൻ കഴിയുമായിരുന്നെന്ന് തോഴിമാരോട് ദമയന്തി. കൈയ്യിൽ കിട്ടിയാൽ കളിക്കാൻ നന്നായിരുന്നു എന്നു ദമയന്തിയുടെ ആഗ്രഹവും ചരണത്തിൽ.

കേളി ചെയ്‌വാൻ : കളിക്കാൻ

ചരണം 4

ക്രൂരനല്ല സാധുവത്രേ ചാരുരൂപൻ, നിങ്ങൾ
ദൂരെ നില്പിൻ, എന്നരികിൽ ആരും വേണ്ടാ

കല്യാണി - അടന്ത

ശ്ലോകം 10

ഇനിയൊരടി നടന്നാൽ കിട്ടുമോ കൈയ്ക്കലെന്നും
പ്രതിപദമപി തോന്നുമ്മാറും മന്ദം നടന്നും
അഥ ബത! ദമയന്തീമാളിമാരോട്ടുവേറാ-
മതുപൊഴുതരയന്നപ്രൗഢനൂചേ സഹാസം.

ഹംസം

പദം 14 പല്ലവി

അംഗനമാർമൗലേ! ബാലേ!
ആശയെന്തയി തേ

അനുപല്ലവി

എങ്ങനെ പിടിക്കുന്നു നീ
ഗഗനചാരിയാമെന്നെ? (അംഗന)

ചരണം : 4

സുന്ദരനായ ഹംസം ക്രൂരനല്ല. സാധുവെന്ന് ദമയന്തി. തോഴിമാരോട് ദൂരെ മാറിനില്ക്കാൻ പറയുന്നു.

ചാരു : മനോഹരം.

* അധികം ആളുകളെ കണ്ട് ഭയന്നാകാം അരയന്നം പിടിതരാതെ അകന്നുപോകുന്നത് എന്നു വിചാരിച്ചാണ് ഭൈമി തോഴിമാരോട് അകന്നു പോകാൻ പറയുന്നത്.

ശ്ലോകം. 10

സാരം : ഓരോ അടിയിലും ഇനി ഒരു അടി കൂടി നടന്നാൽ ഹംസത്തെ കിട്ടുമെന്ന വിധത്തിൽ ദമയന്തി നടന്നു. ഇങ്ങനെ തോഴിമാരിൽ നിന്നു വേർപ്പെട്ട സമയത്ത് ശ്രേഷ്ഠനായ ഹംസം ചിരിച്ചുകൊണ്ട് ദമയന്തിയോടു പറഞ്ഞു.

പ്രതിപദം : ഓരോ കാൽവെപ്പിലും, അഥ ബത : അങ്ങനെ, അതുപൊഴുത് : ആ സമയത്ത്, പ്രൗഢൻ : ശ്രേഷ്ഠൻ, ഊചേ : പറഞ്ഞു, സഹാസം : ചിരിച്ചുകൊണ്ട് വൃത്തം : മാലിനി

പദം 14. പല്ലവി

ദമയന്തിയുടെ ആശയെന്തെന്ന് ഹംസം ചോദിക്കുന്നു.

അംഗന : സ്ത്രീ, അയിതേ : നിനക്ക്

അനുപല്ലവി

ആകാശചാരിയായ എന്നെ നീ എങ്ങനെ പിടിക്കുവാനാണ്. പിടിക്കാമെന്ന മോഹം മൗഢ്യമല്ലേ എന്നു സാരം.

ഗഗനചാരി : ആകാശചാരി.

ചരണം 1

യൗവനം വന്നുദിച്ചിട്ടും ചെറുതായില്ല ചെറുപ്പം
അവിവേകമിതു കണ്ടാലറിവുള്ളവർ
പരിഹസിക്കും, ചിലർ പഴിക്കും
വഴിപിഴയ്ക്കും തവ നിനയ്ക്കുമ്പോൾ... (അംഗന)

ചരണം 2

ബന്ധനം ചെയ്യേണ്ടാ നീ മാം ബന്ധുവത്രേ തവ ഞാൻ
സഖിമാരിലധികം വിശ്വസിച്ചീടെന്നെ
ജഗത്പതിയും രതിപതിയും
തവ കൊതിയുള്ളൊരു പതി വരുമേ....
(അംഗന)

ചരണം 3

നളനഗരേ വാഴുന്നു ഞാൻ നളിനജന്മവചസാ
നളിനമിഴിമാർക്കെല്ലാം നടപഠിപ്പാൻ
മദലുദിതം മൃദുലളിതം
ഗുണമിളിതം ഇതു കളിയല്ലേ... (അംഗന)

ചരണം : 1

യുവതി ആയിട്ടും ദമയന്തിയുടെ ബാലചാപല്യത്തിൽ കുറവു വന്നിട്ടില്ല. ഒരു പക്ഷിയുടെ പിന്നാലെ പോകുന്ന ഈ അവിവേകം കണ്ടാൽ അറിവുള്ളവർ പരിഹസിച്ച് ചിരിക്കും. മറ്റു ചിലർ ഈ വിധം ചാപല്യം ശരിയല്ലെന്ന് നിന്നെ ദൂഷിക്കും. മാത്രവുമല്ല. ഇത്തരം വിചാരങ്ങളിലും പ്രവൃത്തികളിലും നീ വഴിപിഴച്ച് പോവുകയും ചെയ്യും. അവിവേകം : വിവേകമില്ലായ്മ, പഴിക്കുക : ശകാരിക്കുക (ദൂഷിക്കും), പിഴയ്ക്കും : തെറ്റും.

* *ദമയന്തിയെ ചെറുതായി പരിഹസിച്ച് തുടർന്നു കേൾക്കാൻ പ്രേരിപ്പിക്കുന്നു.*

ചരണം : 2

നീ എന്നെ ബന്ധനം ചെയ്യേണ്ടാ, ഞാൻ നിന്റെ ബന്ധുവാണ് തോഴിമാരേക്കാൾ എന്നെ വിശ്വസിക്കുക, ലോകാധിപതിയും കാമതുല്യനും നീ കൊതിക്കുന്നവനും ആയ ഒരു പതി നിനക്കുണ്ടാകും.

മാം : എന്നെ, ജഗത്പതി : ലോകാധിപതി (രാജാവ്), രതിപതി : കാമൻ (കാമതുല്യൻ)

* *തോഴിമാരോടു പറയാത്തതുകൂടി തന്നോടുപറയാമെന്ന സൂചന.*

* *നീ കൊതിക്കുന്ന എന്നതുപോലെ നിന്നിൽ കൊതിയുള്ള എന്നുമാവാം.*

ചരണം : 3.

ബ്രഹ്മാവിന്റെ ആജ്ഞയിൽ ഞാൻ നളനഗരത്തിൽ വാഴുന്നു. അവിടെ സുന്ദരിമാർക്ക് നടത്തം പഠിപ്പിക്കലാണ്. എന്റെ ജോലി. മദലുളിതവും (യൗവ്വനമദത്താൽ പല വിന്യാസഭേദങ്ങൾ ഉള്ളതും) മൃദുലളിതവും (മൃദുവും ലളിതവും), ഗുണമിളിതവും (ഗുണങ്ങൾ മേളിച്ചതും) ആണ് നടത്തം. ഇതൊന്നും ഞാൻ കളിപറയുന്നതല്ല.

നളിനജൻ : ബ്രഹ്മാവ്, വചസ്സ് : വാക്ക്, നളിനമിഴി : സുന്ദരി, ലുളിതം : ഭേദങ്ങൾ ഉള്ളത്, മിളിതം : മേളിച്ചത്.

* *ഹംസത്തിന്റെ പരിചയപ്പെടുത്തൽ*

* *അരയന്നത്തെപ്പോലെ നടക്കുന്നതാണ് സുന്ദരിമാർക്ക് നല്ലത്.*

കാമോദരി – ചെമ്പട

ഭൈമി

പദം 15. പല്ലവി

കണ്ടേൻ നികടേ നിന്നെ
കളിവാക്കു തവ കേട്ടേനേ

അനുപല്ലവി

കഞ്ജഭവനനുടെ വാഹനമേ!
കമ്രരൂപമതിരമ്യചാടുവചനം... (കണ്ടേൻ)

ചരണം 1

പ്രേഷകനായതു കമലജനോ തവഃ
നൈഷധപുരമോ പരമപദം?
മധുരാകൃതേ! ഗുണവാരിധേ! ഖഗ-
സാർവ്വഭൗമ! ജയ, നൗമി തേ ചരിതം (കണ്ടേൻ)

ചരണം 2

നളിനാസനവരവാഹന! നീ മമ
നളനൃപഗുണഗണമോതുകെടോ
തവ വാചികം അഴൽ മോചകം മമ
കർണ്ണമാരചയ പുണ്യലേശയുതം (കണ്ടേൻ)

ഭൈമി

പദം 15 പല്ലവിയും അനുപല്ലവിയും

പല്ലവിയും അനുപല്ലവിയും ചേർത്ത് അന്വയം

ബ്രഹ്മവാഹനമായുള്ളവനേ! മനോഹരമായ ആകൃതിയും അത്യധികം രസിപ്പിക്കുന്ന വാക്കുകളുമുള്ള നിന്നെ അടുത്തുകണ്ടുവെന്നും, നിന്റെ കളിവാക്കുകൾ കേട്ടുവെന്നും ദമയന്തി.

നികടേ : അരികത്ത്, കഞ്ജഭവൻ : ബ്രഹ്മാവ്, കമ്രം : മനോഹരം, അതിരമ്യചാടുവചനം : അത്യധികം രസിപ്പിക്കുന്ന കളിവാക്ക്.

* *അനുഗ്രഹീതനായ ഹംസത്തെ കണ്ടതിലും മൊഴി കേൾക്കുവാനായതിലും ദമയന്തിയുടെ സന്തുഷ്ടി.*

ചരണം : 1

നിന്നെ നിയോഗിച്ചവൻ ബ്രഹ്മാവാണോ! നിഷധരാജ്യമാണോ നിന്റെ പ്രധാന ഇരിപ്പിടം. നിന്റെ ചരിതത്തെ ഞാൻ സ്തുതിക്കുന്നു, ഹംസത്തിന്റെ ചരിതം സ്തുത്യർഹമാണെന്ന് സാരം.

പ്രേഷകൻ : പറഞ്ഞയച്ചവൻ (നിയോഗിച്ചവൻ), കമലജൻ : ബ്രഹ്മാവ്, പരമപദം പ്രധാനമായ ഇരിപ്പിടം, വാരിധി : സമുദ്രം, സാർവ്വഭൗമൻ : ശ്രേഷ്ഠൻ, തേ ചരിതം നൗമി : നിന്റെ ചരിതത്തെ ഞാൻ സ്തുതിക്കുന്നു.

* *മധുരാകൃതേ, ഗുണവാരിധേ, ഖഗസാർവ്വഭൗമ എന്നിവ ഹംസത്തിന് വിശേഷണങ്ങൾ*

ചരണം : 2

ബ്രഹ്മവാഹനമായുള്ളവനേ ! നീ നളരാജാവിന്റെ ഗുണഗണങ്ങൾ പറയുക. നിന്റെ വാക്കുകൾ ദുഃഖത്തെ ഇല്ലാതാക്കുന്നതാണ്. നിന്റെ വാക്കുകളെക്കൊണ്ട് എന്റെ കർണ്ണങ്ങളെ പുണ്യം നിറഞ്ഞതാക്കിതീർത്താലും!

നളിനാസനവരവാഹനം : ബ്രഹ്മാവിന്റെ വാഹനം, ഗുണഗണം : ഗുണങ്ങളുടെ ഗണം. വാചികം : വാക്ക്, അഴൽമോചനം : ദുഃഖത്തെമോചിപ്പിക്കുന്നത്, ആരചയ : ആക്കിതീർത്താലും, പുണ്യലേശയുതം : പുണ്യം നിറഞ്ഞത്.

* *നളഗുണങ്ങളുടെ ശ്രവണത്തിൽ പുണ്യം ആഗ്രഹിക്കുന്ന ദമയന്തി.*

* *പുണ്യവാൻമാർക്കേ നിന്റെ വാക്കുകൾ കേൾക്കാൻ കഴിയു എന്നും*

ചരണം 3

സന്തതമുള്ള മനോരഥവും പുന-
രിന്നു ഭവാനൊടു ഞാൻ പറയാം.
തുണയാകിലോ ഗുരുകൃപാകുലാശയ!
ദീനയാമെനിക്കു മാനനീയഗുണ!.... (കണ്ടേൻ)

ശങ്കരാഭരണം – ചെമ്പട

ശ്ലോകം 11.

പുത്തൻ തേൻമൊഴിമാർകുലത്തിനരിയോ-
രുത്താംസമാം ഭൈമി തൻ
ചിത്തംതാനഥ പത്തിനഞ്ചവനറി
ഞ്ഞിത്ഥം കൃശാംഗ്യാ ഗിരാ
അത്യന്തം ബത! മുഗ്ദ്ധയോടനുസരി-
ച്ചെല്ലാമറിഞ്ഞീടുവാ-
നുദ്യോഗിച്ച വിദഗ്ദ്ധനാം ഖഗവരൻ
വൈദർഭിയോടുക്തവാൻ

ചരണം : 3

ദുഃഖിതയായ എനിക്ക് തുണയാവുമെങ്കിൽ തുടർച്ചയായുള്ള മനസ്സിന്റെ ആഗ്രഹം ഇന്ന് അങ്ങയോട് ഞാൻ പറയാം.

ദമയന്തിക്ക് ഹംസത്തോട് ചില കാര്യങ്ങൾ പറയാനുണ്ട്. എന്നതന്നെ സൂചന. ഹംസം ദുഃഖത്തിൽ തുണയാവുമെങ്കിൽ മനോരഥം പറയാമെന്ന് ദമയന്തി.

സന്തതം : തുടർച്ചയായ, മനോരഥം : മനസ്സിന്റെ ഭാവന (ആഗ്രഹം) ഗുരുകൃപകുലാശയ : വലിയ കൃപനിറഞ്ഞ മനസ്സുള്ളവൻ, ദീന : ദുഃഖിത, മാനനീയഗുണ : മാനിക്കത്തക്ക ഗുണങ്ങൾ ഉള്ളവൻ.

ശ്ലോകം 11.

[illegible] . സുന്ദരിമാരുടെ കുലത്തിന് അലങ്കാരമായ ഭൈമിയുടെ മനസ്സ് ഏതുവഴിക്കെന്ന് അവളുടെ വാക്കിൽ നിന്നുതന്നെ ധരിച്ച്. കപടമില്ലാത്ത അവളുടെ അഭിപ്രായത്തെ പിന്തുടർന്ന് ദമയന്തിയിൽ നിന്ന് കാര്യങ്ങൾ പൂർണ്ണമായി അറിയാൻ ശ്രമിച്ച് തന്ത്രശാലിയായ ഹംസം പറഞ്ഞു.

അരിയ : വർദ്ധിച്ച (ഭംഗിയേറിയ), ഉത്തംസം : മുടിയലങ്കാരം - അരിയ + ഒരു + ഉത്തംസം - പത്തിനഞ്ച്: പകുതി (മിക്കതും). കൃശാംഗ്യാഗിരാ : സുന്ദരിയുടെ (കൃശമായ അംഗത്തോടുകൂടിയവൾ) വാക്കുകൊണ്ടുതന്നെ, ഉദ്യോഗിച്ച : ശ്രമിച്ച ഉക്തവാൻ : പറഞ്ഞു.

* *മനസ്സ് പകുതി മനസ്സിലാക്കി പൂർണ്ണതയിലെത്താൻ ഹംസത്തിന്റെ തന്ത്രപൂർവ്വമായ ശ്രമം.*

* *മനസ്സറിഞ്ഞ ഹംസത്തിന്റെ ആശ്ചര്യം അത്യന്തം ബത! തുടങ്ങിയിടത്ത്.*
വൃത്തം : ശാർദ്ദൂലവിക്രീഡിതം

ഹംസം

പദം 16. പല്ലവി

പ്രീതിപൂണ്ടരുളുകയേ! ചിന്തിതമെല്ലാം
ഭീമനൃപതിതനയേ!

അനുപല്ലവി

വീതവിശങ്കം സഖിമാരിലൊന്നെന്നെന്നെ
ഉറച്ചു നീ ലജ്ജാഭാരം കുറച്ചു നിരാകുലം (പ്രീതി)

ചരണം 1

കാതരമിഴിമാർ മൗലിമാലികേ! ദമ-
സോദരീ! നിനക്കു ബാലികേ!
ഏതൊരു പുരുഷനിലുള്ളിൽ കൗതുകം പാരി-
ലാദരണീയം തസ്യ ജാതകം.
ഏണമിഴി! പറവാൻ മടിക്കരുതേ,
നാണം കൊണ്ടിനിയേതും മറയ്ക്കരുതേ
ഞാനുണ്ടതിനു തുണ തവ സുതനോ!
മാനഹാനി തവ വരുത്തുവാനോ?
ഹസ്തഗതം തവ വിദ്ധി മനീഷിത-
മുക്തമിദം മമ സത്യമിദാനീം... (പ്രീതി)

ഹംസം

പദം 16 പല്ലവിയും അനുപല്ലവിയും

സഖിമാരിലൊരാളായി എന്നെ കരുതി ശങ്കയും ലജ്ജയും ഉപേക്ഷിച്ച് ആകുലതയില്ലാതെ ഭീമരാജപുത്രി, ആഗ്രഹങ്ങളെല്ലാം സന്തോഷത്തോടെ എന്നോട് തുറന്നുപറയുക. പ്രീതി : സന്തോഷം, അരുളുക : പറയുക, ചിന്തിതം : ആഗ്രഹം (ചിന്തകൾ), നൃപതി : രാജാവ്, തനയ : പുത്രി, വീതശങ്കം : ശങ്കകൂടാതെ, നിരാകുലം : ആകുലതയില്ലാതെ

ചരണം : 1

നിനക്ക് ഏതൊരു പുരുഷനിൽ കൗതുകം തോന്നുന്നുവോ അവന്റെ ജാതകം ഭൂമിയിൽ ആദരിക്കപ്പെടേണ്ടതാണ്. താത്പര്യം തോന്നിയ പുരുഷന്റെ കാര്യം നാണം കൊണ്ട് പറയാൻ മടിക്കരുത്. ആഗ്രഹത്തിന് താൻ കൂട്ടുണ്ടെന്നും, മാനഹാനിവരുത്തില്ലെന്നും, ആഗ്രഹം കൈയ്യിൽ കിട്ടിയതായി കരുതിക്കൊള്ളു എന്നും, ഞാൻ പറയുന്നത് വാസ്തവമെന്നും ദമയന്തിയോട് ഹംസം.

കാതമിഴിമാർ മൗലീമാലിക : സുന്ദരിമാർക്ക് ശിരോലങ്കാരമായവൾ, ദമസോദരി : ദമന്റെ സോദരി, തസ്യ : അവന്റെ, ഏണമിഴി (സുന്ദരി), സുതനോ : ഹേ സുന്ദരി, മാനഹാനി : മാനനഷ്ടം, ഹസ്തഗതം : കൈയിൽകിട്ടിയത്, വിദ്ധി : ധരിച്ചുകൊള്ളു, മനീഷിതം : ആഗ്രഹം, മമ ഇദം ഉക്തം സത്യം : ഞാനീ പറഞ്ഞത് സത്യം. ഇദാനീം : ഇപ്പോൾ.

ശങ്കരാഭരണം - ചെമ്പട

ഭൈമി

പദം 17. പല്ലവി

അരയന്നമന്നവ! നിന്നോടെന്തിഹ ഞാൻ പറവൂ

അനുപല്ലവി

കുലകന്യകമാരാൽ ഹൃദി
ഗൂഹനീയം വസ്തു പറയാമോ? (അര)

ചരണം 1

പേർത്തു പേർത്തു ജനകീർത്ത്യമാന നള-
പാർത്ഥിവോത്തമ സത്കീർത്തികൾ കേട്ടേൻ
ഓർത്തവനുടൽ കൂർത്തുമൂർത്തംഗജാസ്ത്രമേറ്റ
നേർത്തുടൻ നെടുതായി വീർത്തു ഞാനോർത്തയായേൻ...
(അര)

ഹംസം

പദം 16. ചരണം 2

ഉള്ളതു ചൊന്നതിതെന്നാലനൂനം നവ-
പല്ലവതുല്യാംഗി! തവ കല്യാണം
നല്ലതു നല്ലതിനോടേ ചേരേണം, തവ
വല്ലഭനപരൻ തുല്യൻ നഹി നൂനം

ഭൈമി

പദം 17 പല്ലവി

നിന്നോട് ഞാൻ എന്താണ് പറയേണ്ടത്. അരയന്നമന്നവ!

അനുപല്ലവി

കുലകന്യകമാരാൽ മനസ്സിൽ ഒളിപ്പിക്കേണ്ടതായ കാര്യം പറയാവുന്നതാണോ?
ഹൃദി : ഹൃദയത്തിൽ, ഗൂഹനീയം : രഹസ്യമാക്കിവെയ്ക്കേണ്ട, വസ്തു : വസ്തുത (കാര്യം)

* *ഹംസം വിശ്വസ്തനാണെന്ന് ഉത്തമബോധ്യം വന്നതിനാലാണ് ഹൃദയരഹസ്യം പിന്നീട് ദമയന്തി ഹംസത്തിനോട് തുറന്നുപറയുന്നത്.*

ചരണം : 1

ജനങ്ങൾ പ്രകീർത്തിക്കുന്ന നളരാജാവിന്റെ കീർത്തികൾ ഞാൻ കുറെ കേട്ടു. അവന്റെ ശരീരം ഭാവനയിൽ ദർശിച്ച് മൂർച്ചയേറിയ കാമാസ്ത്രമേറ്റ് ശരീരം നേർത്തു. നെടുവീർപ്പുണ്ടാവുകയും ദുഃഖിതയാവുകയും ചെയ്തു.
പേർത്ത് പേർത്ത് : വീണ്ടും വീണ്ടും പാർത്ഥിവൻ : രാജാവ്, സത്കീർത്തി : പ്രശസ്തി, അംഗജാസ്ത്രം : കാമാസ്ത്രം, നേർത്തു : മെലിഞ്ഞു, നെടുതായി വീർത്തു : നെടുവീർപ്പുണ്ടായി, ആർത്ത : ദുഃഖിത.

ഹംസം.

പദം 16. ചരണം : 2

നീ പറഞ്ഞത് സത്യമാണെങ്കിൽ തീർച്ചയായും ഇത് നിനക്ക് ശ്രേയസ്കരമാണ്. പരസ്പരം യോജിക്കുന്നവർ വേണം ചേരാൻ. നിനക്കു യോജിച്ച പുരുഷൻ മറ്റൊരാളല്ല. ഇന്ദ്രനേക്കാൾ ബലവാനും സുന്ദരനും അധികം ഗുണവാനും ആണ് നളൻ. ഹേ കാമിനി! നിങ്ങളുടെ ഘടന രത്നകനകങ്ങളുടെ ഘടനതന്നെ ആകുന്നു. രത്നവും കനകവും ചേരും പോലെയാണ് നിങ്ങളുടെ ചേർച്ച. വിഷ്ണു രമയ്ക്കു ചേരുന്നതുപോലെ, രാത്രിയ്ക്ക് ചന്ദ്രൻ ചേരുന്നതുപോലെ, പാർവ്വതിക്ക് ശിവൻ ചേരുന്നതുപോലെ നളൻ നിനക്ക് ചേരും.

മേഘവാഹനനെക്കാൾ ബലവാൻ
മോഹനാംഗനവനതിഗുണവാൻ
കമനി! രത്നകനകങ്ങളുടെ
ഘടനയേ ഘടന നിങ്ങളുടെ
വിഷ്ണു രമയ്ക്കു നിശയ്ക്കു ശശാങ്ക-
നമയ്ക്കു ഹരൻ, നളനോർക്കിൽ നിനക്കും (പ്രീതി)

ഭൈമി

പദം 17. ചരണം : 1

നാളിൽ നാളിൽ വരുമാധിമൂലമിദം
ആളിമാരോട്ടുമിതനുദിതപൂർവ്വം
കാലമേ ചെന്നു നീ മരാള! പറക നര-
പാലനോടെല്ലാം പ്രതിപാലിതാവസരം
(അരയന്ന)

ഹംസം

പദം 17. ചരണം 2

ചെന്നിതു പറവൻ നൃപനോടഭിലാഷം എന്നാൽ
നിന്നിലുമുണ്ടാമവനും പരിതോഷം
അന്യനിലയി തേ! വരുമോ സന്തോഷം? എന്നാൽ
മന്നവനുണ്ടാമെന്നിൽ ബഹുരോഷം

അന്യൂനം : പരിപൂർണ്ണം, പല്ലവതുല്യാംഗി : പല്ലവ (തളിര്) തുല്യമായ അംഗത്തോടു കൂടിയവൾ, കല്ല്യാണം : മംഗളം, വല്ലഭൻ : ഭർത്താവ്, അപരൻ : മറ്റൊരുവൻ, മേഘവാഹനൻ : ഇന്ദ്രൻ, രമ : ലക്ഷ്മി, നിശ : രാത്രി, ശശാങ്കൻ : ചന്ദ്രൻ, ഹരൻ : ശിവൻ.

അലങ്കാരം : ദീപകം

ഭൈമി

പദം 17 ചരണം 1

ഈ നളാഭിലാഷം എനിക്ക് ദിവസംപ്രതി ആധിക്ക് കാരണമായിത്തീരുന്ന മട്ടിലായിരിക്കുന്നു. ഇതു സഖിമാരോടുപോലും മുൻപ് പറയപ്പെട്ടിട്ടില്ല. ഹേ മരാളേ! നീ താമസിയാതെ ചെന്ന് ഈ സംഗതിയെല്ലാം തക്ക അവസരത്തിൽ രാജാവിനോട് പറയുക.

ആധി : ദുഃഖം, ഇദം : ഈ, അനുദിതം : പറയാത്തത്, പൂർവ്വം : മുൻപ്, മരാളം : ഹംസം, പ്രതിപാലിതാവസരം : തക്ക അവസരത്തിൽ.

ഹംസം

പദം 17 ചരണം : 2

രാജാവിനോട് ഇതുപോയി പറവാൻ എനിക്ക് ആഗ്രഹം ഉണ്ട്. നിനക്ക് നളനോട് അഭിലാഷമുണ്ടെന്ന് കേട്ടാൽ നളന് നിന്നിലുമതുണ്ടാവും. പക്ഷേ കാര്യങ്ങൾ മറ്റൊരു രീതിയിൽ വന്നാലോ, അച്ഛൻ നിന്നെ മറ്റൊരാൾക്ക് വിവാഹം കഴിച്ചുകൊടുക്കുകയും നിനക്ക് അവനിൽ പ്രീതി ഉണ്ടാവുകയും ചെയ്താലോ. അപ്പോൾ രാജാവിന് എന്നിൽ വലിയ കോപമുണ്ടാകും. ഇപ്പോൾ പറയുന്നതെല്ലാം അങ്ങനെ വിഫലമായി തീരാം. വഞ്ചകനെന്ന് പിന്നീട് എന്നെക്കുറിച്ച് പറയാം. ഇങ്ങനെ ഉണ്ടായേക്കാവുന്ന അനർത്ഥങ്ങൾക്ക് പെട്ടെന്ന് തന്നെ ഉത്തരം പറയുക.

അഭിലാഷം : ആഗ്രഹം, പരിതോഷം : സന്തോഷം, രോഷം : കോപം, പ്രീതി : ഇഷ്ടം, ചപലൻ : ചതിയൻ, ഉദിത്വരം : ഉണ്ടായേക്കാവുന്ന, സത്വരം : പെട്ടെന്ന്.

താതനൊരു വരനു കൊടുക്കും നിന്നെ
പ്രീതി നിനക്കുമുണ്ടാമവനിൽത്തന്നെ,
വിഫലമിന്നു പറയുന്നതെല്ലാം
ചപലനെന്നു പുനരെന്നെച്ചൊല്ലാം
ഇത്ഥമനർത്ഥമുദിത്വരമാം അതി-
നുത്തരമോതുക സത്വരമിപ്പോൾ (പ്രീതി)

ഭൈമി

പദം 17. ചരണം 3

ഹന്ത! ഹംസമേ! ചിന്തയെന്തു തേ?
എന്നുടെ ഹൃദയമന്യനിലാമോ?
അർണ്ണവം തന്നിലല്ലോ നിമ്നഗ ചേർന്നു ഞായം
അന്യഥാ വരുത്തുവാൻ കുന്നു മുതിർന്നിടുമോ? (അര)

---

* *ഭൈമിയുടെ അനുരാഗത്തിന്റെ ദൃഢത അറിവാൻ വേണ്ടിയാണ് ഹംസം ഭവിഷ്യത്തു കളെക്കുറിച്ച് പറയുന്നത്.*
* *ദമയന്തിയുടെ അനുരാഗം അറിഞ്ഞാൽ നളനും അതുണ്ടാകാം എന്നേ ഹംസം പറയുന്നുള്ളൂ. അല്ലാതെ നളൻ അവളിൽ അനുരക്തനാണെന്നോ താൻ സന്ദേശവാഹിയാണെന്നോ ഹംസം പറയുന്നില്ല. ഉണ്ണായിവാര്യരുടെ ഔചിത്യവും, നളന്റെ ഔന്നത്യത്തിലുള്ള നിഷ്ക്കർഷയും ഇവിടെ കാണുന്നു. മൂലത്തിൽ ഇതിനു വ്യത്യാസങ്ങൾ കാണാവുന്നതാണ്.*

ഭൈമി

പദം 17. ചരണം : 3

അല്ലയോ ഹംസമേ, നീയെന്താണ് ആലോചിക്കുന്നത്. എന്റെ ഹൃദയം മറ്റൊരാളിലാവാനോ നദി കടലിൽ തന്നെയല്ലേ ചെന്നു ചേരുക. അതിനെ മറ്റൊരു തരത്തിലാക്കാൻ കുന്ന് മുതിരുമോ?

തേ ചിന്തയെന്ത്: നീയെന്താണ് ആലോചിക്കുന്നത്, അർണ്ണവം : സമുദ്രം, നിമ്ഗന : നദി, അന്യഥാ : മറ്റൊരു തരത്തിൽ

* *ദമയന്തിയുടെ ദൃഢമായ മനസ്സ്.*
* *കുന്നിൽ നിന്നാണ് സമുദ്രത്തിന്റെ ഉത്പത്തി. ഇവിടെ കുന്ന് ഭീമരാജാവിനേയും നദി അദ്ദേഹത്തിന്റെ പുത്രി ദമയന്തിയെയും സമുദ്രം നളനെയും സൂചിപ്പിക്കുന്നു. അലങ്കാരം അപ്രസ്തുത പ്രശംസ.*
* *ഉചിതമായ ദാമ്പത്യത്തിന് ഭീമരാജാവ് തടസ്സം നില്ക്കില്ല എന്ന ഉറപ്പുണ്ട് ദമയന്തിക്ക്.*

രംഗം നാല് :

നളരാജധാനിയിലെ ഉദ്യാനം

സാവേരി – അടന്ത

ശ്ലോകം 12

ഇതി വാചികാനി മധുവാണി തന്നുടേ
വദനോദിതാനി ഹൃദയേ വഹന്നസൗ
ത്വരിതം പറന്നു നിഷധേന്ദ്രസന്നിധൗ
സകലം ജഗാദ മൃഗലോചനാമതം

ഹംസം

പദം 18. പല്ലവി

നരപതേ ! ഭവദഭിലഷിതമെന്നാൽ
സാധിതപ്രായമിദം

അനുപല്ലവി

നിരവധി മാരാധിനീരധിയിലേ നീന്തി
നിയതം നീ തളരൊല്ലാ പിളരൊല്ലാ മനമിനി....

(നരപതേ)

രംഗം നാല്:

നളരാജധാനിയുടെ ഉദ്യാനം

(ദമയന്തിയുടെ അരികത്തുനിന്ന് മടങ്ങിയെത്തിയ ഹംസത്തിന്റെ നളനോട് ഉള്ള ഭാഷണം. ഇന്ദ്രസഭയുടെ പശ്ചാത്തലവിവരണം തുടങ്ങിയവ നിഷധോദ്യാനത്തിൽ വെച്ച് നടക്കുന്ന നാലാം ഭാഗത്തിൽ)

ശ്ലോകം 12

സാരം: തേൻമൊഴിയാളുടെ മുഖത്തിൽ നിന്ന് ഉദിച്ചിരിക്കുന്ന ഇങ്ങനെയുള്ള വാക്കുകളെ ഹൃദയത്തിൽ വഹിക്കുന്നവനായ ഹംസം വേഗം പറന്നുചെന്ന് ആ സുന്ദരിയുടെ അഭിപ്രായം എല്ലാം നിഷധരാജാവിന്റെ അടുക്കൽ അറിയിച്ചു.

ഇതിവാചികാനി : ഇങ്ങനെയുള്ള വാക്കുകളെ, വദനോദിതാനി: വദനത്തിൽ ഉദിച്ച. വഹൻ: വഹിക്കുന്നവൻ, അസൗ : ഈ, ത്വരിതം: വേഗത്തിൽ, സന്നിധൗ: സന്നിധിയിൽ, ജഗാദ : അറിയിച്ചു. മൃഗലോചനാമതം: മാൻ കണ്ണി(സുന്ദരി) യുടെ താത്പര്യം

വൃത്തം : മഞ്ജുഭാഷിണി.

ഹംസം.

പദം. 18 പല്ലവി

രാജാവേ അങ്ങ് ആഗ്രഹിച്ചത് ഇതാ സാധിച്ചുകഴിഞ്ഞിരിക്കുന്നു.

നരപതി : രാജാവ്, ഭവദഭിലഷിതം: അങ്ങയുടെ ആഗ്രഹം, ഇദം സാധിതപ്രായം: ഇതാ സാധിച്ചുകഴിഞ്ഞിരിക്കുന്നു.

അനുപല്ലവി .

കരകാണാത്ത കാമപാരവശ്യക്കടലിൽ നീന്തി എല്ലായ്പ്പോഴും നീ തളരുകയും മനസ്സ് പിളർക്കുകയും അരുത്.

നിരവധി : അവധിയില്ലാത്ത (കരകാണാത്ത) മാരാധിനീരധി : മദനാർത്തിയാകുന്ന സമുദ്രം, നയതം: എല്ലായ്പ്പോഴും.

നളൻ

പദം 19 പല്ലവി

ഖഗപതേ! തവ കരഗതമേ മമ
കാമിതം ജീവിതവും

അനുപല്ലവി

കഥയ കഥയ പുനരെങ്ങനെ നീ ചെന്നു
കമനിയെക്കണ്ടതും പറഞ്ഞതുമഭിമതം (ഖഗ)

ഹംസം

പദം 18. ചരണം 1

അതുച്ഛമാം ജവം പൂണ്ടുത്പതിച്ചു കുണ്ഡിനപുരം
ഗമിച്ചു തദുപവനമതിൽ ചെന്നു വസിച്ചേൻ
അകിൽച്ചെങ്കുങ്കുമച്ചാറും ധരിച്ചു തോഴിമാരോടും
യദൃച്ഛയാ ദമയന്തി കളിച്ചുന്നിതു തത്ര (നരപതേ)

ചരണം 2

തടഞ്ഞുകൊള്ളുവാനെന്നോടണഞ്ഞാളങ്ങവൾ താനേ
പിടഞ്ഞീല ദൃഢം ഞാനോ നടന്നേനേ സുമന്ദം
പിണഞ്ഞു വഞ്ചനമെന്നു തിരിഞ്ഞങ്ങു നടപ്പാനായ്
തുനിഞ്ഞപ്പോൾ തനിഞ്ഞൊന്നു പറഞ്ഞേൻ ഞാനവളോടു
(നരപതേ)

നളൻ

പദം 19 പല്ലവി

പക്ഷിശ്രേഷ്ഠ : നിന്റെ കൈയിലാണ് എന്റെ ആഗ്രഹവും ജീവിതവും

ഖഗപതി : പക്ഷിരാജാവ്, കാമിതം: ആഗ്രഹം.

അനുപല്ലവി :

എങ്ങനെയാണ് നീ ചെന്ന് സുന്ദരിയെ കണ്ടതെന്നും അഭിമതം പറഞ്ഞതെന്നും പറയുക. തന്റെ അനുരാഗം ദമയന്തിയെ അറിയിച്ചോ എന്നാണ് നളന്റെ ചോദ്യം.

കഥയ : പറയൂ, കാമിനി, സുന്ദരി, അഭിമതം: ഇഷ്ടം.

കഥയ എന്നതിലെ ദ്വിത്വം ഉത്കണ്ഠയെ വ്യഞ്ജിപ്പിക്കുന്നു. ഭൈമിയെക്കണ്ടതും അവളോട് പറഞ്ഞതുമൊക്കെ വിസ്തരിച്ച് അറിയാനുള്ള വെമ്പൽ നളനിൽ.

ഹംസം : പദം 18 ചരണം 1

വലിയ വേഗതയോടെ പറന്ന് കുണ്ഡിനപുരത്തിലേക്ക് പ്രവേശിച്ച് പൂന്തോട്ടത്തിൽ ചെന്നു വസിച്ചു, അകിൽ കുങ്കുമച്ചാറും ധരിച്ച് ദമയന്തി യാദൃശ്ചികമായി തോഴിമാരോടൊപ്പം കളിച്ചുരസിച്ചു അവിടെ വന്നു.

അതുച്ഛം : തുച്ഛമല്ലാത്ത, ജവ : വേഗം, ഉത്പതിച്ചു പറന്നു ചെന്നു. ഉപവനം : പൂന്തോട്ടം, തത്ര : അവിടെ.

കാമസന്താപം ശമിപ്പിക്കാനാവാം ശരീരത്തിൽ ചന്ദനവും അകിലും പുരട്ടിയത്.

ചരണം: 2

തന്നെ ദമയന്തി കൈക്കലാക്കാൻ ശ്രമിച്ചത് വിവരിക്കുന്നു. അതു വകവയ്ക്കാതെ ഉറപ്പോടെ ഞാൻ മന്ദമായി നടന്നു. വഞ്ചന പറ്റിയെന്നറിഞ്ഞ്(തന്നെ അകറ്റിയെന്നറിഞ്ഞ്) ദമയന്തി തിരിഞ്ഞു നടക്കാൻ തുനിഞ്ഞപ്പോൾ ഹംസം അവളോട് പറഞ്ഞു.

ദൃഢം : ഉറപ്പോടെ, സുമന്ദം,: മന്ദമായി തുനിയുക : ശ്രമിക്കുക.

ചരണം : 3

രാജപുംഗവ! തവ വാചാ കൗശലത്താലേ
പേശലാംഗി തന്നുടെ ആശയമറിഞ്ഞേൻ
ആചാരൈരറികയല്ലാശ നിങ്കലെന്നതും
വാചാപി പറയിച്ചൊന്നിളക്കിവച്ചുറപ്പിച്ചേൻ
(നരപാതേ)

ശ്ലോകം 13

"സന്ധിപ്പിച്ചേൻ തവ ഖലു മനം
ഭൈമിതൻ മാനസത്തോ-
ടിന്ദ്രൻതാനേ വരികിലിളകാ
കാ കഥാന്യേഷു രാജൻ
ചിന്തിക്കുമ്പോൾ വരുവെനിഹ നിന്ന-
ന്തികേ നിർണ്ണയം ഞാ"
നെന്നും ചൊല്ലിക്ഖഗപതി പറ-
ന്നംബരേ പോയ്മറഞ്ഞാൻ

ശ്ലോകം 14.

അഥ തദാ ശതമന്യുരഖിന്നധീ-
രഖിലദൈവതയൗവതസേവിതഃ
സഹ പുലോമജയാപ്യനുലോമയാ
നിജഗൃഹേ ജഗൃഹേ സസുഖാസികാം.

ചരണം : 3

രാജശ്രേഷ്ഠ! അങ്ങയുടെ വാക്കനുസരിച്ച് കൗശലത്തിൽ സുന്ദരിയുടെ മനസ്സറിഞ്ഞു. ഭാവഹാദികളാൽ ഭൈമിക്ക് നിന്നിലുള്ള അനുരാഗം അറിഞ്ഞതിനു പുറമേ അവളുടെ വാക്കുകൊണ്ട് കൂടി അത് മനസ്സിലാക്കുകയും പരീക്ഷിച്ച് ഉറപ്പിക്കുകയും ചെയ്തു.

പുംഗവൻ : ശ്രേഷ്ഠൻ, പേശലാംഗി: സുന്ദരി, ആശയം: മനസ്സ്(മനോഗതം), ആചാരൈഃ : മുഖഭാവാദികളാൽ, വാചാപി : വാക്കുകൊണ്ട്.

തവ വാചാകൗശലത്താൽ : എന്റെ വാചാകൗശലത്താൽ എന്നും വ്യാഖ്യാനിക്കാം.

ആചാരൈരറികയല്ലാശ : മുഖഭാവാദികളെകൊണ്ട് മാത്രമല്ല ദമയന്തിയുടെ ആശ മനസ്സിലാക്കിയതെന്ന്.

ശ്ലോകം : 13

അങ്ങയുടെ മനസ്സ് ഭൈമിയുടെ മനസ്സിനോട് ഞാൻ ചേർത്തു കഴിഞ്ഞു. ഇന്ദ്രൻ പോലും വിചാരിച്ചാൽ (ഇനി) അവളുടെ മനസ്സിളക്കാൻ സാധ്യമല്ല. അന്യരുടെ കാര്യം പിന്നെ പറയേണ്ടതുണ്ടോ! വിചാരിക്കുന്ന സന്ദർഭത്തിൽ അരികെയെത്തിക്കോളാം എന്ന് ഉറപ്പുകൊടുത്ത് അംബരത്തിൽ പോയ് മറഞ്ഞു.

സന്ധിപ്പിക്കുക : ചേർക്കുക, അന്യേഷു കാ കഥാ: അന്യരുടെ കാര്യം പറയേണ്ടതുണ്ടോ, അന്തികേ: അരികേ, നിർണ്ണയം: തീർച്ചയായും, അംബരം : ആകാശം.

നിർണ്ണയം എന്നതുവരെ ഹംസഭാഷണവും ശേഷം കവിവാക്യവും.

ശ്ലോകം 14

സാരം : അക്കാലത്ത് ഇന്ദ്രൻ മനസ്സിൽ ഖിന്നതയില്ലാതെ എല്ലാ ദേവസ്ത്രീകളാലും സേവിക്കപ്പെട്ടുകൊണ്ട്, ഇഷ്ടാനുവർത്തിനിയായ ഇന്ദ്രാണിയോടുകൂടെ തന്റെ ഗൃഹത്തിൽ സുഖമായുള്ള ഇരിപ്പിനെ സ്വീകരിച്ചു.

അക്കാലത്ത് ഇന്ദ്രൻ അന്തഃപുരസ്ത്രീകളോടൊത്ത് രമിച്ച് കഴിയുകയായിരുന്നുവെന്ന് സാരം.

അന്വയം : അഥ തദാ ശതമന്യുരഖിന്നധീ അഖില ദൈവത യൗവത സേവിതഃ അനുലോമയാ പുലോമജയാ അപി സഹ നിജഗൃഹേ ജഗൃഹേ സസുഖാസികാം.

ശ്ലോകം : 15

ഇഭാരിണാ ഗുഹാ യഥാ
നഭോ യഥാ സുധാംശുനാ
അഭാജി സാ സഭാ തദാ
വിലാസിനാ വലാരിണാ.

ശ്ലോകം : 16

ഹുതാശനൻ പ്രജാന്തകൻ
ജലേശനെന്നു മൂവരും
സുരേശ്വരേണ ഭാസുരേ
പുരാജിരേ വിരേജിരേ.

അഥ തദാ : അനന്തരം (അക്കാലത്ത്) ശതമന്യുഃ : ഇന്ദ്രൻ, അഖിന്നധീ: ഖിന്നതയില്ലാത്ത (സന്തുഷ്ടചിത്തനായി) അഖില ദൈവത യൗവത സേവിത : എല്ലാ സ്ത്രീകളാലും സേവിക്കപ്പെട്ടുകൊണ്ട്. അനലോമയാ പുലോമജയാ അപി സഹ: ഇഷ്ടാനവർത്തിനിയായ ഇന്ദ്രാണിയോടുകൂടി, ജഗൃഹേ: സ്വീകരിച്ചു, സസുഖാസികാം : സുഖമായുള്ള ഇരിപ്പിനെ.

നിജഗൃഹേ ജഗൃഹേ എന്നിടത്ത് യമകാലങ്കാരം.

ദ്രുതവിളിംബിതം വൃത്തം.

ശ്ലോകം 15.

സിംഹത്താൽ ഗുഹ എന്നപോലെയും ചന്ദ്രനാൽ ആകാശം എന്നപോലെയും അപ്പോൾ വിലാസയുക്തനായ ഇന്ദ്രനാൽ ആ സഭ സേവിക്കപ്പെട്ടു.

ഇഭാരിണാ ഗുഹാ : സിംഹത്താൽ ഗുഹ എന്നപോലെയും, യഥാ : ഏതൊരുപ്രാകരമോ, നഭസ്സ്: ആകാശം, സുധാംശുനാ : ചന്ദ്രനാൽ, അഭാജി: സേവിക്കപ്പെട്ടു, തദാ : അപ്പോൾ, നാസഭ: ആ സഭ, വിലാസിനാ: വിലാസയുക്തനായ, വലാരിണാ: ഇന്ദ്രനാൻ

വൃത്തം : പ്രമാണിക.

അലങ്കാരം : ഉപമ

ശ്ലോകം 16

അഗ്നിയമവരുണന്മാർ മൂവരും ദേവേന്ദ്രനെക്കൊണ്ട് ശോഭിച്ചിരിക്കുന്ന സഭയിൽ വിരാജിച്ചു.

ഹുതാശനൻ : അഗ്നി, പ്രജാന്തകൻ : യമൻ, ജലേശൻ : വരുണൻ, സുരേശ്വരേണ ഇന്ദ്രനാൽ, ഭാസുരം : ശോഭിച്ചിരിക്കുന്ന, പുരാജിരേ സഭയിൽ വിരാജിരേ : ശോഭിച്ചു.

വൃത്തം : പ്രമാണിക.

അഗ്നിയമവരുണന്മാരുമൊത്ത് ദേവേന്ദ്രൻ സഭയിൽ ശോഭിച്ചിരിക്കുന്ന സമയത്താണ് നാരദൻ പർവ്വതനുമൊത്ത് അവിടെ ചെല്ലുന്നത്. 14,15,16 ശ്ലോകങ്ങൾ അതിനു പശ്ചാത്തലം.

രംഗം അഞ്ച്
ദേവലോകമാർഗ്ഗം

സൗരാഷ്ട്രം – ഏകതാളം

ശ്ലോകം : 17

നാളേ ƒനുഷക്താമവബുദ്ധ്യ പുത്രീം
സ്വയംവരോദ്യോഗിനി ഭീമഭ്രൂപേ
സുപർവ്വലോകാഭിമുഖം പ്രയാന്തം
സ പർവ്വതോ നാരദമാബഭാഷേ.

പദം : 20

പർവ്വതൻ : നാരദ : ഭവാനെന്തു ഭാവമിപ്പോൾ?
നാരദൻ : നാകായ ഗമിക്കുന്നേൻ പർവ്വത ! ഞാൻ.
പർവ്വതൻ : എന്തൊരു കാര്യമിപ്പോൾ നാകലോകേ?
നാരദൻ : ഇന്ദ്രനെക്കണ്ടു ചില വാർത്ത ചൊൽവാൻ
പർവ്വതൻ : എന്തതെന്നോടിപ്പോൾ ചൊല്ലീടാമോ?
നാരദൻ : ഹന്ത ! ഭവാൻ കൂടെപ്പോന്നുകൊൾക.
പർവ്വതൻ : നിഷ്പ്രയോജനമുണ്ടോ പോരുന്നു ഞാൻ?
നാരദൻ : സത്ഭടരണാന്വേഷം ചെയ്യാമല്ലോ.
പർവ്വതൻ : സമരം ഭൂമിയിലില്ലേ ഭൂപാലാനാം?
നാരദൻ : ദമയന്തീകാമുകന്മാർ രാജാക്കന്മാർ

രംഗം അഞ്ച്.

ദേവലോകമാർഗ്ഗം.

(ദേവലോകത്തേക്ക് പോകുന്ന നാരദനും പർവ്വതമഹർഷിയും തമ്മിലുള്ള സംഭാഷണം അഞ്ചാം രംഗത്തിൽ)

ശ്ലോകം 17

സാരം : പുത്രിയെ നളനിൽ അനുരക്തനായി അറിഞ്ഞിട്ട് ഭീമരാജാവ് സ്വയംവരത്തിനുള്ള ഒരുക്കം കൂട്ടിക്കൊണ്ടിരിക്കെ ദേവലോകത്തെ ലക്ഷ്യമാക്കി പ്രയാണം ചെയ്യുന്ന നാരദനോട് ആ പർവ്വതമഹർഷി സംഭാഷണം ചെയ്തു.

പുത്രീം : പുത്രിയെ, അനുഷക്താം : അനുരക്തയായി, അവബുദ്ധി: അറിഞ്ഞിട്ട്, സ്വയംവരോദ്യോഗിനി : സ്വയംവരത്തിനാരംഭിക്കുമ്പോൾ, സുപർവ്വലോകാഭിമുഖം : ദേവലോകത്തേയ്ക്ക്, പ്രയാന്തം : പോകുന്ന, സഃ പർവ്വത : ആ പർവ്വത മഹർഷി, ആബഭാഷേ : സംഭാഷണം ചെയ്തു.

ഇന്ദ്രൻ കൊട്ടാരത്തിൽവാണരുളുന്ന സമയത്താണ് നാരദപർവ്വതന്മാരുടെ സംസാരിച്ചുകൊണ്ടുള്ള യാത്ര.

വൃത്തം : ഉപേന്ദ്രവജ്ര.

പദം 20

പർവ്വതനാരദസംഭാഷണം. എവിടെയ്ക്കാണ് യാത്ര എന്ന് പർവ്വതൻ, ദേവലോകത്ത് പോവുകയാണെന്ന് നാരദൻ, ദേവലോകത്തിൽ കാര്യമെന്തെന്ന് പർവ്വതൻ. ഇന്ദ്രനെ കണ്ട് ചില വാർത്തകൾ പറയാനെന്ന് നാരദൻ. തന്നോട് അതുപറയാമോ എന്ന ചോദ്യത്തിന് പർവ്വതൻ തന്നോടൊപ്പം പോന്നുകൊള്ളുക എന്ന് നാരദൻ. വരവ് നിഷ്പ്രയോജനമാവുമോ എന്ന ചോദ്യത്തിന് സദ്ഭടന്മാരുടെ യുദ്ധത്തെക്കുറിച്ച് അന്വേഷിക്കാമല്ലോ എന്ന് നാരദൻ. ഭൂമിയിൽ സമരമില്ലേ എന്ന ചോദ്യത്തിന് ദമയന്തീകാമുകന്മാരായ രാജാക്കന്മാർ തമ്മിലെന്ന് നാരദൻ.

നാകായ : സ്വർഗ്ഗത്തിലേക്ക്, ഗമിക്കുന്നു : പോകുന്നു. രണം : യുദ്ധം.

ഭൂമിയിൽ സമരമില്ല എന്ന പർവ്വതന്റെ ചോദ്യത്തിന് ഭൈമീകാമുകരായതിനാൽ അവരുടെ മനസ്സിൽ ഭൈമീചിന്തയല്ലാതെ യുദ്ധചിന്തയേ ഇല്ല എന്നും വ്യാഖ്യാനിക്കാം.

രംഗം ആറ്

ദേവലോകം

മുഖാരി – അടന്ത

ശ്ലോകം : 18

പ്രാപ്തൗ പശ്യൻ നാരദം പർവ്വതം ച
പ്രീത്യാ ചെയ്താനിന്ദ്രനാതിഥ്യമാഭ്യാം
ശ്രോത്രാനന്ദം വാക്കുമാറേവമൂചേ
ഗോത്രരാതിർന്നാരദം സോപി ചൈനം

ഇന്ദ്രൻ

പദം 21. പല്ലവി

പൂരിതപരസുഖ! നാരദ! മുനിവര!
നീരജഭവനന്ദന!

അനുപല്ലവി

ഭൂരിതരതപസാ ദൂരിതദുരിതൗഘ
ശാരദമുദിരരുചേ! സ്വാഗതം തവ

രംഗം ആറ്.

ദേവലോകം

(ഭൂമിയിലെ രാജാക്കന്മാരെക്കുറിച്ചും ദമയന്തിയെക്കുറിച്ചും ഉള്ള നാരദന്റെയും ദേവേന്ദ്രന്റെയും സംഭാഷണവും ദേവാദികളുടെയും നാരദന്റെയും കുണ്ഡിനപുരിയിലേക്കുള്ള പുറപ്പാടും ആറാം രംഗത്തിൽ)

ശ്ലോകം 18.

സാരം : നാരദനെയും പർവ്വതനെയും ദേവലോകത്ത് എത്തിയവരായി കണ്ട് ഇന്ദ്രൻ പ്രീതിയോടെ ഇരുവർക്കും അതിഥി സത്ക്കാരം ചെയ്തു. കേൾവിക്ക് ഇമ്പമായി ദേവേന്ദ്രനും നാരദനും പരസ്പരം സംസാരിച്ചു.

പ്രാപ്തൗപശ്യൻ: എത്തിയവരായി (ദേവലോകത്ത്) കണ്ടിട്ട്, നാരദം പർവ്വതം ച: നാരദനെയും പർവ്വതനെയും, പ്രീത്യാ : ഇഷ്ടത്തോടെ, ആതിഥ്യമാഭ്യം\: അതിഥി സത്ക്കാരം, ശ്രോത്രാനന്ദം : കേൾവിക്ക് ഇമ്പം. ഊചേ : പറഞ്ഞു, ഗോത്രി രാതി : ഇന്ദ്രൻ (പർവ്വത ശത്രു) സ. അപി ഏനം ച: അവൻ ആകട്ടെ ഇവനോടും(നാരദൻ ഇന്ദ്രനോടും)

വൃത്തം : ശാലിനി

ഇന്ദ്രൻ

പദം 21 : പല്ലവിയും അനുപല്ലവിയും.

അഭിസംബോധനകളിലൂടെ നാരദന് ദേവേന്ദ്രൻ സ്വാഗതമരുളുന്നു. അന്യരുടെ സുഖങ്ങളെ പൂരിപ്പിച്ചവൻ. ബ്രഹ്മപുത്രൻ, വലിയ തപസ്സുകൊണ്ട് ദുരിതങ്ങൾ നീക്കിയവൻ, ശരത്ക്കാലമേഘശോഭയുള്ളവൻ എന്നിങ്ങനെ അഭിസംബോധനകൾ.

പൂരിത : പൂരിപ്പിച്ചത്, നീരജഭവനന്ദനൻ: ബ്രഹ്മപുത്രൻ, ഭൂരിതരം : വർദ്ധിച്ച, ദൂരിതം: ദൂരെയാക്കിയത്, അഘം : പാപം, ഭൂരിതര... തൗഘ: വർദ്ധിച്ച തപസ്സുകൊണ്ട് പാപങ്ങളെ ദൂരീകരിച്ചവനെ, ശാരദമുദിരരുചേ: ശരത്ക്കാലമേഘശോഭയുള്ളവനേ, മുദിരം : മേഘം.

മദ്ധ്യമാവതി – അടന്ത

നാരദൻ

പദം 22. പല്ലവി

ഹേ സകലലോകനാഥ! വാസവ! സുമതേ!

അനുപല്ലവി

ത്രാസികരിപുകുല! തേ
ഭാസുരഗുണവസതേ! കുശലം? (ഹേ സക)

ഇന്ദ്രൻ

പദം 21. ചരണം 1

കുശലമെന്നതേ വേണ്ടു സകലം മേ നിനയ്ക്കുമ്പോൾ
സഫലം ദർശനമിന്നു തേ
വിപുലം സംശയം ചിത്തമതിലൊന്നുണ്ടെനിക്കിപ്പോൾ
ശിഥിലമാക്കുക വചസാ താപസവര്യ! (പൂരിത)

നാരദൻ

പദം 22. ചരണം 1

എനിക്കെന്റെ മനക്കാമ്പിലിരിക്കുന്നോരഭിലാഷം
നിനയ്ക്കുമ്പോൾ നിനക്കുണ്ടോ ഫലിപ്പിപ്പാനെളുപ്പവും?
അനർഗ്ഗളമൊരു സമരം കാണാഞ്ഞുള്ളിൽ
കനക്കേയുണ്ടഴൽ പ്രചുരം അതു സാധിക്കിൽ
പ്രതിക്രിയയായ് പകരം, എന്തു ചെയ്‌വു ഞാൻ?
അനുഗ്രഹം തരുവേൻ പരം മഹേന്ദ്ര! (ഹേ സക)

നാരദൻ

പദം 22

പല്ലവി. ഇന്ദ്രനോട് കുശലാന്വേഷണം നടത്തുന്നു. ശത്രുസമൂഹത്തിന് ഭീതിയുണ്ടാക്കുന്നവൻ എന്നും, ശോഭിക്കുന്ന ഗുണങ്ങൾക്ക് ഇരിപ്പിടമായിട്ടുള്ളവൻ എന്നും സകലലോകനാഥ എന്നും മറ്റും വിശേഷണങ്ങൾ.

വാസവൻ : ദേവേന്ദ്രൻ, ത്രാസം : ഭീതി, രിപു: ഭാസുരം : ശോഭിക്കുന്ന.

ഇന്ദ്രൻ

പദം 21 ചരണം 1

എനിക്കു ക്ഷേമം (കുശലം) തന്നെ. വിചാരിയ്ക്കുമ്പോൾ അങ്ങയെക്കണ്ടത് സഫലമയി. വലിയ ഒരു സംശയം മനസ്സിൽ കിടപ്പുണ്ട്. മഹർഷേ, അങ്ങയുടെ വാക്കുകൊണ്ട് അത് ശിഥിലമാക്കിയാലും.

മേ : എനിക്ക്, ദർശനം : കാഴ്ച (കൂടിക്കാഴ്ച), ശിഥിലമാക്കുക : ഇല്ലാതാക്കുക, വചസാ : വാക്കിനാൽ.

നാരദൻ

പദം 22 ചരണം 1

എന്റെ മനസ്സിൽ, ഒരു ആഗ്രഹം ഉണ്ട്. ഇന്ദ്രനാകട്ടെ അത് ഫലിപ്പിക്കാൻ എളുപ്പവുമാണ്. ഇടതടവില്ലാത്ത ഒരു യുദ്ധം കാണാനാവാത്തതിൽ വർദ്ധിച്ച ദുഃഖമുണ്ട്. അതു സാധിച്ചുതരികയാണെങ്കിൽ പകരമായി അനുഗ്രഹം നല്കാം.

മനക്കാമ്പ് : മനസ്സ്, നിനയ്ക്കുക : വിചാരിക്കുക, അനർഗ്ഗളം : ഇടതടവില്ലാത്ത, കനക്കേ : വർദ്ധിച്ച. അഴൽ, ദുഃഖം, പ്രതിക്രിയ : പ്രതിഫലം, മഹേന്ദ്രൻ : രാജാവ്.

പ്രതിഫലമായി എന്തുനല്കാം എന്ന നാരദസംശയമാണ് അനുഗ്രഹത്തിലേക്കെത്തുന്നത്.

ഇന്ദ്രൻ

പദം 21 ചരണം 2

അനുജന്റെ സുദർശനം ദനുജരെ അമർക്കയാൽ
മുനിവര്യ! രണം ദുർലഭം
മനുജന്മാർ മിഥോജന്യം തുനിയുന്നോർ മരിച്ചാരും
ത്രിദിവത്തിൽ വരുന്നീലഹോ! എന്തതിൻ മൂലം...?....
(പൂരിത)

നാരദൻ

പദം 22 ചരണം 2

വിദർഭമന്നവനുണ്ടങ്ങനല്പസദ്ഗുണകന്യാ
വികല്പമില്ലവൾതന്നോടെതിർപ്പാനില്ലൊരു നാരി
കേൾക്കുന്നു സ്വയംവരവും ഉണ്ടെന്നു നീളെ
പാർക്കുന്നിതാർശവരവും രാജാക്കന്മാർ
നോക്കുന്നു കോപ്പുതരവും; തത്പ്രാപ്തിക്കു
നോല്ക്കുന്നു പകലിരവും എല്ലാവരും.... (ഹേ സക)

ഇന്ദ്രൻ

പദം 21 ചരണം 3

കേൾക്കേണമവളെയിന്നാർക്കു ലഭിച്ചു ഞായം
ഭാഗ്യവാനവനുലകിൽ
ഗ്രാഹ്യങ്ങൾ ചെവികൾക്കു, ലേഹ്യങ്ങൾ തദ്ഗുണങ്ങൾ
ഊഹ്യങ്ങളാണെങ്കിൽ വർണ്ണിക്കാം വാക്യങ്ങൾക്കൊണ്ടു....
(പൂരിത)

ഇന്ദ്രൻ

പദം 21 ചരണം 2

വിഷ്ണുവിന്റെ സുദർശനം അസുരന്മാരെ അമർച്ച ചെയ്തുകൊണ്ട് യുദ്ധം ദുർലഭമായി പരസ്പരം ഉള്ള യുദ്ധത്തിൽ മനുഷ്യർ മരിച്ച സ്വർഗ്ഗത്തിലെത്തുന്നതായി കാണുന്നുമില്ല. എന്താണ് ഈ യുദ്ധമില്ലായ്മക്ക് ഹേതു.

അനുജൻ : വിഷ്ണു (വാമനവതാര കഥയിൽ അദിതിയുടെ പുത്രനായി വിഷ്ണു ജനിച്ചു എന്നതിനാൽ ഇന്ദ്രന്റെ അനുജനാണ് വിഷ്ണു എന്ന്) ദനുജൻ: അസുരർ, മിഥ : അന്യോന്യം. ജന്യം : യുദ്ധം, മനുജൻ : മനുഷ്യർ, തുനിയുക : ശ്രമിക്കുക, ത്രിദിവം : സ്വർഗ്ഗം, മൂലം : കാരണം.

നാരദൻ

പദം 22 ചരണം

വിദർഭരാജാവിന് വലിയ ഗുണങ്ങൾ ഉള്ള കന്യകയുണ്ട്. അവളോട് സൗന്ദര്യത്തിലും സൗശീലത്തിലും എതിർക്കാൻ മറ്റ് നാരിമാരില്ല. എന്നത് സംശയമില്ലാത്തതാണ്. അവളുടെ സ്വയംവരവാർത്ത എല്ലായിടത്തും എത്തി. സ്വയംവരത്തിൽ പങ്കെടുക്കാൻ ആളുകൾ വരുന്നത് എങ്ങും കാണാം. ദമയന്തിക്ക് പ്രീതി തോന്നുന്ന ഏതേത് ആടയാഭരണങ്ങൾ ആണ് അണിയേണ്ടതെന്നാണ് രാജാക്കന്മാർ നോക്കുന്നത്. അവളെ ലഭിക്കുന്നതിന് പകലിരവുകളിൽ വ്രതം നോൽക്കുകയാണ് ഏവരും.

അനല്പം : ചെറുതല്ലാത്ത, വികല്പം : സംശയം, നീളെ : എല്ലായിടത്തും, തത്പ്രാപ്തിക്ക് : അവളുടെ പ്രാപ്തിക്ക്, കോപ്പുതരം : പലതരം : ആടയാഭരണങ്ങൾ.

ഭൈമീകാമുകന്മാരായതിനാൽ രാജാക്കന്മാരുടെയെല്ലാം യുദ്ധക്കൊതി തീർന്നിരിക്കുന്നു. അതാണ് ആരും മരിച്ച് സ്വർഗ്ഗത്തിലെത്താത്തത്.

ഇന്ദ്രൻ

പദം 21 ചരണം3

അവളെ ആർക്കാണ് ലഭിച്ചത് എന്നു കേൾക്കണം. അവളെ ലഭിക്കുന്നവൻ ആരായാലും

നാരദൻ

പദം 22. ചരണം 3

ഉറപ്പുള്ളോരനുരാഗം അവൾക്കുണ്ടങ്ങൊരുത്തനിൽ
ധരിപ്പതിനശക്യമതെനിക്കുണ്ടോ വചിക്കാവൂ?
ലഭിച്ചീടുമവനവളെ, ഗുണൈരവൾ
ജയിപ്പവൾ സുരസ്ത്രീകളെ, ആസ്താമിദം.
ഗമിക്കുന്നേനവനീതലേ, തൽ സ്വയംവരേ
മിളിതമാം നൃപതികുലേ കലഹമുണ്ടാം.... (ഹേ സക)

ശ്ലോകം 19

സപർവ്വതേ ഗതവതി നാരദേ ഭുവം
സുപർവ്വരാഡപി നിരഗാത്ത്രിവിഷ്ടപാൽ
തപന്വയുഃ ശിഖിയമപാശപാണയഃ
ക്രമാദമീ യയുരഥ കുണ്ഡിനാന്തികം

അവൻ ഭാഗ്യവാൻ തന്നെ. മധുരങ്ങളായ അദ്ദേഹത്തിന്റെ ഗുണങ്ങൾ ഊഹിക്കാൻ കഴിയുമെങ്കിൽ വാക്യങ്ങൾകൊണ്ട് അങ്ങേയ്ക്ക് വർണ്ണിക്കാം.

ഗ്രാഹ്യങ്ങൾ : സ്വീകാര്യങ്ങൾ, ലേഹ്യം : മധുരതരം, ഊഹ്യം : ഊഹിക്കാൻ കഴിയുന്നത്.

* *നാരദൻ ദമയന്തി കാമുകന്റെ ഗുണങ്ങൾ വർണ്ണിക്കണം എന്ന സാരം.*

നാരദൻ

പദം 22 ചരണം 3

അവൾക്ക് ഒരുവനിൽ ബലമായ അനുരാഗമുണ്ട്. അവൻ ആരാണെന്ന് ആർക്കും അറിയവയ്യ. പിന്നെ എനിക്കെങ്ങനെ പറയാൻ കഴിയാനാണ്. അവന് അവളെ ലഭിക്കും. അവൾ ഗുണങ്ങളെക്കൊണ്ട് ദേവസ്ത്രീകളെക്കൂടി ജയിക്കും, അതിരിക്കട്ടെ, ഞാൻ ഭൂമിയിലേക്ക് പോകുന്നു. അവിടെ അവളുടെ സ്വയംവരത്തിനു വരുന്ന രാജാക്കന്മാർ തങ്ങളിൽ കലഹിക്കാനിടയുണ്ട്.

അശക്യം :അസാധ്യം, വചിക്കുക : പറയുക, ഗുണൈഃ : ഗുണങ്ങൾക്കൊണ്ട്, ഇദം ആസ്താം: ഇതിരിക്കട്ടെ, അവനി : ഭൂമി, മിളിതം : കൂടിച്ചേരുന്ന, നൃപതി : രാജാവ്

* *ദമയന്തിയെ ആഗ്രഹിക്കുന്ന രാജാക്കന്മാരുടെ ഏറ്റുമുട്ടൽ പ്രതീക്ഷിച്ച് നാരദൻ ഭൂമിയിലേക്ക് പോവാൻ ആഗ്രഹിക്കുന്നു.*

ശ്ലോകം 19.

സാരം : പർവ്വതനോടൊപ്പം നാരദമുനി ഭൂമിയിലേക്ക് പോയ്ക്കഴിഞ്ഞപ്പോൾ ദേവേന്ദ്രനും സ്വർഗ്ഗത്തിൽ നിന്ന് പുറപ്പെട്ടു. ഈ ഇന്ദ്രനെ അഗ്നിയമവരുണന്മാരും പിന്തുടർന്നു. പിന്നീട് നാലുപേരും മുറയ്ക്ക് കുണ്ഡിനത്തിനടുത്ത് പ്രാപിച്ചു.

സ പർവ്വതേ : പർവ്വതനോടൊപ്പം, ഗതവതി : പോയ്ക്കഴിഞ്ഞപ്പോൾ, ഭുവം : ഭൂമിയിലേക്ക്, സുപർവരാട് അപി : ദേവേന്ദ്രനും, ത്രിവിഷ്ടപാത് : സ്വർഗ്ഗത്തിൽ നിന്ന്, നിരഗാത് : പുറപ്പെട്ടു. അന്വയു : അനുഗമിച്ചു. ശിഖി : അഗ്നി, പാശപാണയൻ : വരുണൻ, ക്രമാത് : ക്രമത്തിൽ, അഥ : പിന്നീട്, അമീ : നാലുപേരും. കുണ്ഡിനാന്തിക : കുണ്ഡിനപുരസമീപത്ത്, യയുഃ : പ്രാപിച്ചു.

വൃത്തം : അതിരുചിര.

രംഗം ഏഴ്

കുണ്ഡിനത്തിനടുത്തുള്ള സ്ഥലം

മദ്ധ്യമാവതി - ചെമ്പട

ശ്ലോകം 20

ദിക്ചക്രേ മുഖരീകൃതേ നൃപതതി
പ്രസ്ഥാനഭേരീരവൈ-
ന്നിശ്ചക്രാമ നളോപി നിശ്ചിതമനാ
ദൂതോപഹൃതസ്സ്വയം
ആഗച്ഛന്തമമും രഥേന മഹതാ
ഭൂഷാ വിശേഷോജ്ജ്വലം
തേഷാമേഷ വൃഷാ ജഗാദ കുതുകീ
തൽപ്രേഷണേ താംപ്രതി.

ഇന്ദ്രൻ

പദം 23. പല്ലവി

മിളിതം പദയുഗളേ നിഗളതയാ
മാർഗ്ഗിതയാലതയാ

രംഗം ഏഴ്

കുണ്ഡിനത്തിനടുത്തുള്ള സ്ഥലം

(ദമയന്തിയുടെ അരികിലേക്ക് നളനെ അയയ്ക്കുവാൻ തത്പരനായി ദേവേന്ദ്രൻ നളനോട് നടത്തുന്ന സംഭാഷണം. അതിനായി തിരസ്കരണി വിദ്യയുടെ പ്രദാനം, തിരസ്കരണിയോടെ നളന്റെ കന്യാന്തഃപുര പ്രവേശം. ദമയന്തീകാഴ്ച തുടങ്ങിയവ കുണ്ഡിനത്തിനടുത്തുള്ള സ്ഥലം കേന്ദ്രമാക്കുന്ന 7-ാം രംഗത്തിൽ)

ശ്ലോകം 20

സാരം : രാജാക്കന്മാരുടെ എഴുന്നള്ളത്തിലെ ഭേരീനാദങ്ങൾകൊണ്ട് ദിങ്മണ്ഡലം മുഖരിതമായപ്പോൾ ദൂതന്മാരാൽ ക്ഷണിക്കപ്പെട്ട നളനും സ്വയം നിശ്ചയിച്ചുറപ്പിച്ച മനസ്സോടെ പുറപ്പെട്ടു. വലിയ തേരേറിവരുന്ന, ആടയാഭരണങ്ങൾക്കൊണ്ട് പ്രകാശിക്കുന്ന ഇവനോട് അവരിൽപ്പെട്ട ഈ ഇന്ദ്രൻ അവളുടെ അടുത്തേയ്ക്ക് അവനെ അയയ്ക്കുവാൻ തത്പരനായിട്ട് പറഞ്ഞു.

ദിക്ചക്രേ : ദിങ് മണ്ഡലം, മുഖരീകൃതം : ശബ്ദായമാനമായ, നൃപ... രവൈ : രാജസമൂഹം പുറപ്പെട്ടപ്പോൾ ഉള്ള പെരുമ്പറയുടെ ശബ്ദങ്ങളാൻ, നിശ്ചക്രാമ: പുറപ്പെട്ടു, ദൂതോപഹൃത : ദൂതൻമാരാൽ ക്ഷണിക്കപ്പെട്ടവനായി, ആഗച്ഛന്തം : വരുന്നവനായി, ആമും: ഇവനോട്, മഹതാ : മഹത്തായിരിക്കുന്ന, ഭൂഷാ ... ജ്വലം : വിശേഷപ്പെട്ട അലങ്കാരങ്ങളെക്കൊണ്ട് പ്രകാശമാനമായിരിക്കുന്ന, തേഷാം : അവരിൽ (ഇന്ദ്രാദികളിൽ) ഏഷഃ ഈ, വൃഷാ : ഇന്ദ്രൻ, ജഗാദ : പറഞ്ഞു, തൽപ്രേഷണേ : നളനെ അയയ്ക്കുന്നതിൽ, കുതുകി : കൗതുകമുള്ളവനായിട്ട്, താംപ്രതി : ദമയന്തിയുടെ അടുക്കലേക്ക്.

വൃത്തം: ശാർദൂലവിക്രീഡിതം.

* *ദമയന്തിയുടെ സ്വയംവരാന്തരീക്ഷം.*

ഇന്ദ്രൻ

പദം 23

പല്ലവിയും അനുപല്ലവിയും.

തേടിയ വള്ളിയിൽ കാലുകൾ ചങ്ങലയെന്നോണം കുരുങ്ങുക എന്നത് ഉണ്ടായി. നമ്മൾ നളന്റെ അടുത്തേക്ക് പുറപ്പെട്ടു. ഇവിടെ നളൻ നമ്മുടെ അടുക്കൽ വന്നിരിക്കുന്നു.

അനുപല്ലവി

നളനികടംപ്രതി ചലിതാ വയ-
മുപഗതവാൻ നളനിഹ നികടേ (മിളി)

ചരണം 1

വീരസേനൻ നിഷധാധീശൻ
വൈരിഘടാവനദവദഹനൻ
അതിപരിചിതനതിനാൽ നിന്നെയും
അറിവനഹം നല്ലനല്ലയോ നീ... (മിളി)

സാവേരി - ഏകതാളം

നളൻ

പദം 24. പല്ലവി

അടിയിണപണിയുന്നേനടിയൻ ഈശ്വരന്മാരേ
അടിയിണപണിയുന്നേനടിയൻ

അനുപല്ലവി

അറിഞ്ഞരുളിയതും നേ-
രഹം നളൻ ഭഗവാനേ!...... (അടിയിണ)

ഇന്ദ്രൻ

പദം 23 ചരണം 2

ശമനനിവൻ, ദഹനനിവൻതാൻ
വരുണനിവൻ, വലമഥനൻ ഞാൻ
അമരതരുനകലെ വെടിഞ്ഞു നി-
ന്നരികിൽ വന്നു വയമൊന്നിരപ്പാൻ (മിളി)

മിളിതം : ചേർന്നത്, പദയുഗളം : കാലിണ, നിഗളതയാ : ചങ്ങലയെന്നോണം, മാർഗ്ഗിതയാലതയാ : തേടപ്പെട്ട വള്ളിയാൽ, നികടം : അരികെ, പ്രതിചലിതാ : പുറപ്പെട്ടപ്പോൾ വയം : നമ്മൾ, ഉപഗതവാൻ : വന്നിരിക്കുന്നു, ഇഹ : ഇവിടെ.
അലങ്കാരം : പ്രതിവസ്തൂപമ.

* *പ്രയത്നമില്ലാതെ ലഭിച്ച കാര്യസിദ്ധിയിൽ ഇന്ദ്രന്റെ ആഹ്ലാദം. തേടിയ വള്ളി കാലിൽ ചുറ്റി എന്ന്.*

ചരണം 1

ശത്രുസമൂഹമാകുന്ന കാടിന് കാട്ടുതീയായ വീരസേനൻ എന്ന നിഷധരാജാവിനെ നല്ല പരിചയമാണ്. അതിനാൽ വീരസേനപുത്രനായ നിന്നെയും ഞാൻ നന്നായറിയും. നീ നളനല്ലയോ?
വൈരീ... ദഹനൻ : ശത്രു സമൂഹമാകുന്ന കാടിന് കാട്ടുതീയായവൻ, അഹം : ഞാൻ.

നളൻ

പദം 24, പല്ലവിയും അനുപല്ലവിയും

ഈശ്വരന്മാരെ ഞാൻ നമസ്കരിക്കുന്നു. അങ്ങ് പറഞ്ഞത് (ഇന്ദ്രൻ വീരസേനനെയും നളനെയും പറ്റി) ശരിതന്നെ. ഞാൻ നളൻ തന്നെ.
അടിയിണ പണിയുന്നേൻ : നമസ്കരിക്കുന്നു. അറിഞ്ഞരുളിയത് : അങ്ങ് പറഞ്ഞത്.

ഇന്ദ്രൻ.

പദം 23 ചരണം 2

ഇന്ദ്രൻ തന്നെയും മറ്റ് ദേവന്മാരെയും പരിചയപ്പെടുത്തുന്നു. കല്പവൃക്ഷങ്ങളെ വെടിഞ്ഞാണ് നളന്റെ അരികിൽ അപേക്ഷയുമായി ഞങ്ങൾ വന്നിരിക്കുന്നത്.
ശമനൻ : കാലൻ, ദഹനൻ: അഗ്നി, വലമഥനൻ : ഇന്ദ്രൻ, അമരതരുൻ : കല്പവൃക്ഷങ്ങളെ, വെടിഞ്ഞ് : ഉപേക്ഷിച്ച് വയം : ഞങ്ങൾ.

* *സർവ്വാഭീഷ്ടങ്ങളും സാധിച്ചുകൊടുക്കാൻ ശേഷിയുള്ളത് കല്പ വൃക്ഷം. കല്പ വൃക്ഷത്തോട്*

നളൻ

പദം 24 ചരണം 1

ഉമ്പർപരിവൃഢന്മാർ നിങ്ങളെന്നെ
സമ്പ്രതി പരീക്ഷിപ്പാനല്ലീ?
ഡിംഭനാമെന്നോടോരോദംഭമരുതേ, സ്വാമിൻ
ദംഭോളിധര! ചൊന്നതൻപോട്ടു ചെയ്യാം ഞാൻ
(അടിയിണ)

ഇന്ദ്രൻ

പദം 22 ചരണം 3

പാൽ പൊഴിയും മൊഴി ദമയന്തിയെ
കേൾപ്പതിന്നായ് രാപകൽ പോരാ
താൽപര്യം വേൾപ്പതിനുണ്ടതു
ചേർപ്പതിനായ് നീ തുടരേണം... (മിളി)

നളൻ

പദം 24. ചരണം 2

ഭേമീകാമുകനല്ലോ ഞാനും ദേവ-
സ്വാമികളേ! കരുണ വേണം
മാമിഹ നിയോഗിക്കിലാകാ, ചെന്നാൽ
കാണ്മാനും കഴിവരാ, പറവാനുമഭിമതം...
(അടിയിണ)

അപേക്ഷിക്കാതെ ദൂരയാത്രചെയ്ത നളന്റെ അരികിൽ വന്നത് നളന് പ്രശംസയാണ്.

നളൻ :

പദം 24 ചരണം 1

ദേവശ്രേഷ്ഠരായ നിങ്ങൾ ഇപ്പോൾ എന്ന പരീക്ഷിക്കുകയല്ലേ, ബാലനായ എന്നോട് നിങ്ങൾ കൗശലം പ്രയോഗിക്കരുതേ. പറഞ്ഞകാര്യത്തിന് ഞാൻ പരിശ്രമിക്കാം.
ഉമ്പർ പരിവൃഢന്മാർ : ദേവശ്രേഷ്ഠന്മാർ, സമ്പ്രതി : ഇപ്പോൾ, ഡിംഭൻ : ബാലൻ, ദംഭം : സൂത്രം, ദംഭോളിധരൻ : വജ്രായുധം ധരിച്ചവൻ (ഇന്ദ്രൻ)

ദംഭോളിധര എന്നത് വിശേഷണം.

ഇന്ദ്രൻ

പദം 23 ചരണം 3

സുഭാഷിണിയായ ദമയന്തിയെ പറ്റി കേൾക്കാൻ രാപ്പകൽ മതിയാവില്ല. അവളെ വേൾക്കുന്നതിന് താത്പര്യം ഉണ്ട്. അതു നടത്തുന്നതിനായി നീ പരിശ്രമിക്കേണം.
വേൾപ്പതിന് : വിവാഹം ചെയ്യുന്നതിന്, ചേർപ്പതിന് : ഒരുമിപ്പിക്കുന്നതിന്.

ദമയന്തിയെ വിവാഹം കഴിക്കാനുള്ള തത്പര്യം ഇന്ദ്രൻ നളനോട് വെളിപ്പെടുത്തുന്നു നളൻ.

പദം 24. ചരണം 2

ഭൈമീകാമുകനായ തന്നിൽ കരുണകാണിച്ച് തന്നെ ഈ കൃത്യത്തിന് നിയോഗിക്കരുതെന്ന് നളൻ. നിയോഗിച്ചാൽ തന്നെ അന്തഃപുരത്തിലെത്തി ദമയന്തിയെ കണ്ടുപറയാൻ സാധിക്കയില്ലെന്നും നളൻ ദേവസ്വാമികളെ ആദരപൂർവ്വം അറിയിക്കുന്നു.
മാം : എന്നെ, കഴിവരാ : കഴിയുകയില്ല, അഭിമതം : താത്പര്യം
നളന്റെ ശ്രദ്ധിച്ചുള്ള മറുപടി, മറുപടിയിലെ നിസ്സഹായത.

ഇന്ദ്രൻ

പദം 23. ചരണം 4

ചെയ്‌വേനെന്നു മുന്നേ ചൊന്നതു
ചെയ്യില്ലെന്നാലധികമധർമ്മം
മാരശരൈരാകുലമതിയായ്
മാ കുരു നീ വംശകളങ്കം..... (മിളി)

നളൻ

പദം 24 ചരണം 3

നിറയുന്നു ബഹുജനം നഗരേ, ഒന്നു
പറവാനും കഴിവുണ്ടോ വിജനേ?
അരുൾ ചെയ്തു കേട്ടില്ലെന്നരുതേ കോപം
ആകുന്നതിനെചെയ്യാം. ആവതെന്തതിലേറ്റം....
(അടിയിണ)

ഇന്ദ്രൻ

പദം 23. ചരണം 5

'വരിക്കണം നീ ഞങ്ങളിൽ നാലരി
ലൊരുത്തനെ' എന്നുരയ്ക്ക ഭവാൻ പോയ്
തിരസ്കരണി തവതരുന്നു ഞങ്ങൾ
ഇരിക്കമെത്രേ നീ വരുവോളം.... (മിളി)

ഇന്ദ്രൻ

പദം 23. ചരണം 4

ചെയ്യാമെന്ന് മുൻപ് പറഞ്ഞത് ചെയ്യാതിരിക്കുകയാണെങ്കിൽ അത് അധികം അധർമ്മമാകുമെന്ന് ഇന്ദ്രൻ. കാമബാണങ്ങളിൽ കലുഷിതനായിട്ട് നീ വംശത്തിന് കളങ്കമുണ്ടാക്കരുത്.

മുന്നേ : മുൻപ്, മാരശരൈരാകുലമതി : കാമബാണങ്ങളിൽ ആകുലൻ, മാ കുരു വംശ കളങ്കം : വംശത്തിന് കളങ്കമുണ്ടാക്കരുത്.

* *ആദ്യം നളൻ ചെയ്യാമെന്ന് പറഞ്ഞു. ഇപ്പോൾ തന്നെ നിയോഗിക്കരുതെന്ന് പറയുന്നു. നളന്റെ വാഗ്ദാനലംഘനം വംശകളങ്കമാവുമെന്ന്*

നളൻ

പദം 24 ചരണം 3

കുണ്ഡിനപുരത്ത് ജനങ്ങൾ വന്നു നിറയുന്നു. ഒറ്റയ്ക്ക് ദമയന്തിയെ കണ്ട് സംസാരിക്കാൻ കഴിയുമോ എന്ന് സംശയമാണ്. എങ്കിലും നിങ്ങൾ പറഞ്ഞത് അനുസരിച്ചില്ലെന്ന് എന്നോട് കോപം വേണ്ട. എന്നാൽ ആകുന്നത് ചെയ്യാം. അതിലുപരി എന്ത് സാധിക്കാൻ.

വിജനേ : ഏകാന്തത്തിൽ (ഒറ്റയ്ക്ക്) അരുൾ ചെയ്തു. പറഞ്ഞിട്ട് ആകുന്നതിനെ ചെയ്യാം : പറ്റുന്ന വിധം പരിശ്രമിക്കാം. ഏറ്റം : അധികം (ഉപരി)

ഇന്ദ്രൻ

പദം 23. ചരണം 5

ഞങ്ങൾ നാലുപേരിൽ ഒരാളെ ദമയന്തി വരിക്കണമെന്ന് അവളോട് ചെന്നു പറയുക. തിരസ്കരണി വിദ്യ ഇതിനായി ഞങ്ങൾ തരുന്നു. നീ മടങ്ങി വരുന്നതുവരെ ഞങ്ങൾ നിന്നെയും കാത്ത് ഇവിടെ തന്നെ ഇരിക്കുകയും മടങ്ങി വരുന്നതുവരെ നിന്നിൽ തിരസ്കരണി വിദ്യ ഉണ്ടായിരിക്കുകയും ചെയ്യും.

വരിക്കുക : സ്വീകരിക്കുക, ഉരയ്ക്കുക: പറയുക, തിരസ്കരണി: തന്നെ ആരും കാണാതിരിക്കാനുള്ള വിദ്യ (തിരസ്കരണി വിദ്യയിൽ ഒരാൾക്ക് ആവശ്യാനുസരണം അദൃശ്യനാവാം)

ദണ്ഡകം

പദം 1

ദൈത്യാരിപൂർവ്വജന ദൂത്യം സമേത്യ നിജ
സാധ്യം വെടിഞ്ഞു നിഷധേന്ദ്രൻ
സേനയിഹ നിർത്തീ - താനഥ നടന്നു
ദാന്തദമഭഗിനിയുടെ കാന്തിനദിയതിൽ മുഴുകി
നീന്തുവതിനുഴറി മിഴി രണ്ടും

പദം 2

ബഹളേ ജനേ, പഥിഷു സബലേഷു ഭൂപതിഷു
ചപലേ മഹീസുരസമൂഹേ
പലരെയുമുരുമ്മീ പരിചൊടു നടന്നു
പെരിയപരിചയമുടയ - പരിഷയുടെ നടുവി-
ലുടനവിദിതനു കുതുകമവാസീൽ.

ദണ്ഡകം. പദം 1

നളൻ ദൈത്യാരി പൂർവ്വജന് ദൂത്യത്തെ പ്രാപിച്ച് സേനയെ വഴിയിൽ തന്നെ നിറുത്തിയിട്ട് തനിയേ കുണ്ഡിനപുരത്തിലേക്ക് നടന്നു. അപ്പോൾ അവന്റെ മിഴികൾ രണ്ടും ദമയന്തിയുടെ സൗന്ദര്യനദിയിൽ നീന്താൻ ഉഴറി. (ദമയന്തിയെ കാണാനുള്ള ആഗ്രഹം അധികമായി തീർന്നു എന്നു സാരം)

ദൈത്യാരി പൂർവ്വജൻ : വിഷ്ണുവിന്റെ ജ്യേഷ്ഠൻ (ഇന്ദ്രൻ) ദൂത്യം, സമേത്യ: ദൂത് വഹിച്ചു കൊണ്ട്, നിജസാധ്യം: തൻ കാര്യം : ദാന്തദമഭഗിനി : ദാന്തൻ, ദമൻ, ദമനൻ എന്നിവരാണ് ദമയന്തിയുടെ സഹോദരന്മാർ, കാന്തി നദി : സൗന്ദര്യമാകുന്ന നദി, ഉഴറി : വെമ്പി.

* *നാരദനും ഹംസവും ജനങ്ങളും പറഞ്ഞുകേട്ടിട്ടുണ്ടെന്നല്ലാതെ നളൻ ദമയന്തിയെ നേരിട്ട് കണ്ടിട്ടില്ല. അതിനാൽ നളന് ദമയന്തിയെ കാണുന്നതിന് വലിയ ആഗ്രഹം തോന്നുന്നു.*

പദം : 2

ജനങ്ങൾ കൂട്ടം കൂടി നില്ക്കുന്നിടത്തും, രാജാക്കന്മാർ സൈന്യത്തോടൊപ്പം പോകുന്നിടത്തും, ബ്രാഹ്മണ സംഘം അലഞ്ഞു നടക്കുന്നിടത്തും മറ്റും പലയാളുകളുടെയും ദേഹത്തിൽ മുട്ടിക്കൊണ്ട് വേഗത്തിൽ നടന്നു. വളരെ പരിചയമുള്ള ആളുകളുടെ ഇടയിൽകൂടി നടക്കുമ്പോൾ തന്നെ ആരും കണ്ടറിയാത്തതിനാൽ നളന് ആശ്ചര്യം തോന്നി.

ബഹളേ ജനേ : ജനങ്ങൾ കൂട്ടം കൂടി നില്ക്കുന്നിടത്തും, പഥിഷു : വഴികളിൽ, സബലേഷു ഭൂപതിഷു : സൈന്യത്തോടുകൂടി രാജാക്കന്മാർ സഞ്ചരിക്കുന്നിടത്തും, ചപലേമഹീസുരസമൂഹേ: ബ്രാഹ്മണ സമൂഹങ്ങൾ അലഞ്ഞു നടക്കുന്നിടത്തും, പരിചൊട് : വേഗത്തിൽ, പരിഷ : ജനം, അവിദിതൻ : അറിയപ്പെടാത്തവൻ, ആവാസീത് ഉണ്ടായി.

* *തിരസ്കരണിയാലാണ് നളനെ ആർക്കും കാണാൻ കഴിയാത്തത്.*

പദം 3

ധന്യോഥ രക്ഷിജനകണ്ണാലലക്ഷ്യതനു
കന്യാപുരത്തിനു കടന്നു
കണ്ണിനഴൽ തീർന്നു - കണ്ടു ദമയന്തീം
താഞ്ച നഖനിരകൾ മുതൽ പൂഞ്ചികുരതതിയറുതി
വാഞ്ഛയൊടു നികടഭുവി കണ്ടു.

പദം 4

അമരേന്ദ്രദൂതനിവനപരാധമോർത്തു മന-
മുപരോധനേന വശമാക്കീ
മറവകലുവാനായ് മനസി കൊതി പൂണ്ടു
അതിമധുരതരവപുഷമരികിലുടനൊരു പുരുഷ-
മമൃതമൊഴി സഖികളൊടു കണ്ടു.

പദം 3

അനന്തരം ധന്യനായ ആ നളൻ കാവൽക്കാർക്ക് അദൃശ്യനായി കന്യകയുടെ അന്തഃപുരത്തിൽ പ്രവേശിച്ചു. ദമയന്തിയെകണ്ടിട്ട് നളന് കണ്ണുകൾ കുളിർക്കുകയും ചെയ്തു. അവൻ അവളെ പിന്നീട് പാദാദികേശം അടുത്ത് ഇച്ഛപോലെ സൂക്ഷിച്ചു നോക്കി. ധന്യോഥ അനന്തരം ധന്യനായ, രക്ഷിജനം. കാവൽക്കാർ, അലക്ഷ്യതനു : കാണാനാവാത്ത ശരീരത്തോടുകൂടിയവൻ, കന്യാപുരം : കന്യകയുടെ അന്തഃപുരം, അഴൽ :ദുഃഖം, താം ച : അവളെയാകട്ടെ, നഖനിര... തതിയറുതി: അടിതൊട്ടു മുടിവരെ ചികുരം : മുടി, വാഞ്ഛ : ആഗ്രഹം, നികടഭുവി, അരികത്ത്.

* *നളന്റെ ആദ്യകാഴ്ചയിലെ അഭിവാഞ്ഛ.*

പദം 4

ദേവേന്ദ്രദൂതനായ നളൻ മനോനില മറന്ന് ചെയ്ത അപരാധം ഓർത്ത് മനസ്സ് അടക്കി നിർത്തി. ഇത്രയും കഴിഞ്ഞ് തിരസകരണിയാലുള്ള മറവകലട്ടെ എന്ന് മനസ്സുകൊണ്ട് സങ്കല്പിച്ചു. ഉടനെ ഭൈമിയും സഖിമാരും തങ്ങളുടെ അരികിൽ സുന്ദരശരീരമുള്ള ഒരു പുരുഷനെ കാണുകയും ചെയ്തു.

അപരാധം : തെറ്റ്, വപുസ്സ് : ശരീരം.

* *ഇന്ദ്രൻ ഏൽപ്പിച്ച ദൂത് മറന്ന് ദമയന്തിയുടെ ശരീരസൗന്ദര്യം ആസ്വദിക്കുന്നതായാണ് നളന്റെ ആദ്യ നില. അപരാധമായി അതിനെ അറിഞ്ഞ് ഇന്ദ്രിയ നിഗ്രഹംകൊണ്ട് മനസ്സിനെ അടക്കിവെയ്ക്കുന്നു.*

രംഗം എട്ട്

കുണ്ഡിനപുരിയിലെ അന്തഃപുരം

ഭൈരവി – ചെമ്പട

ശ്ലോകം 21

ചിരശ്രുതിദൃഢീകൃതപ്രിയനളാഭനെന്നാകിലും
തിരസ്കരണി കാണ്കയാലിവനമർത്ത്യനെന്നോർത്തുടൻ
നിരസ്തവിപുലത്രപാ നിറയുമാദരാശ്ചര്യസം-
ഭ്രമത്തൊടു ദമസ്വസാ നിഭൃതമേവമൂചേ സ്വയം

ഭൈമി

പദം 25 പല്ലവി

ഹേ മഹാനുഭാവ! തേ സ്വാഗതം കിമധുനാ?

അനുപല്ലവി

കാമനോ സോമനോ നീ? നീ-
ന്നാഗമനം കിന്നിമിത്തം?..... (ഹേ മഹാ)
കല്യാണി - ചെമ്പട

രംഗം എട്ട്.

കുണ്ഡിനപുരിയിലെ അന്തഃപുരം

(ഇന്ദ്രദൂതുമായി കന്യാന്തഃപുരത്തിലെത്തിയ നളനും ദമയന്തിയും തമ്മിലുള്ള ഭാഷണം എട്ടാം രംഗത്തിൽ)

ശ്ലോകം 21

സാരം : വളരെ നാളത്തെ കേൾവികൊണ്ടു കണ്ടാൽ മാറിപ്പോകാതെ മനസ്സിൽ ഉറപ്പിച്ചിട്ടുള്ള പ്രിയനായ നളന്റെ ഛായയോടുകൂടിയവനെങ്കിലും. ഇവൻ തിരസ്കരണി കാണപ്പെടുന്നതിനാൽ ഒരു ദേവൻ ആയിരിക്കണം എന്നു നിശ്ചയിച്ചു. വിപുലമായ ലജ്ജയെ നിരസിച്ചിട്ടും ആദരാശ്ചര്യസംഭ്രമത്തോടും കൂടി ദമയന്തി മന്ദമായിട്ട് ഇപ്രകാരം പറഞ്ഞു.
ചിരശ്രുതി : ഏറെ നാളത്തെ കേൾവികൊണ്ട്, ദൃഢീകൃതം : ഉറപ്പിച്ച, ആഭ : ശോഭ (ഛായ), അമർത്ത്യാൻ : മർത്ത്യനല്ലാത്തവൻ (ദേവൻ), നിരസ്തം : കൈവിട്ട്, ത്രപ: ലജ്ജ, സംഭ്രമം: ഭീതി (അമ്പരപ്പ്), ദമസ്വസാ : ദമയന്തി. നിഭൃതം : നിശബ്ദം (മന്ദം) ഏവം ഊചേ : ഇപ്രകാരം പറഞ്ഞു.
വൃത്തം പൃഥ്വി.

* *അതിഥിയായതിനാൽ ആദരവും, കന്യാഗൃഹത്തിൽ പ്രവേശിച്ചതിൽ ആശ്ചര്യവും പുരുഷസന്നിധിയിലായതുകൊണ്ട്, സംഭ്രമവും ദമയന്തിയിൽ ഉണ്ടാവുന്നു.*

ഭൈമി

പദം 25. പല്ലവി

അല്ലയോ മഹാനുഭാവ! ഇപ്പോൾ അവിടുത്തേക്ക് നല്ല വരവുതന്നെയല്ലേ?
അധുനാ : ഇപ്പോൾ, തേ : നിനക്ക്

* *ദമയന്തി നളന് സ്വാഗതം പറയുകയും ഇപ്പോഴത്തെ അവസ്ഥ അന്വേഷിക്കുകയും ചെയ്യുന്നു.*

അനുപല്ലവി

നീ ആരാണ് കാമനോ അഥവാ സോമനോ? എന്തിനായിട്ടാണ് നീ വന്നത്. \
സോമൻ : ചന്ദ്രൻ, ആഗമനം :വരവ്, കിന്നിമിത്തം : എന്തിനായിട്ട്

നളൻ

പദം 26 പല്ലവി

ഭീമാവനീരമണനന്ദനേ! എന്നെ
ദേവദൂതനെന്നു ധരിച്ചുകൊൾക

അനുപല്ലവി

ശ്രീമാനമരപതിതന്നുടെ ചില
വാചികങ്ങളുണ്ടവകൾ നീ ചെവിക്കൊള്ളേണമേ.
(ഭീമാ)

ഭൈമി

പദം 25 ചരണം 1

ഏതൊരു കുലമലങ്കരിച്ചു ജന്മനാ
ഉരചെയ്തീടണം, എന്തു തവ നാമധേയവും?
ദൂതനെന്നു കേട്ടതിങ്ങു ബോധം വന്നീല, ജഗ -
ന്നാഥനെന്നെനിക്കു തോന്നി ചേതസി നിന്നെ (ഹേ മഹാ)

നളൻ

പദം 26. ചരണം 1

അപരകുലനാമങ്ങൾ കേൾപ്പതോ യോഗ്യ-
മാർത്തിഭാജി വാസ്തോഷ്പതൗ?
അഖിലഭുവനനാഥൻ വാസവൻ പറ

നളൻ

പദം 26 പല്ലവി

ഭീമപുത്രി, എന്നെ ദേവദൂതനെന്ന് മനസ്സിലാക്കിക്കൊള്ളുക.

അവനീരമണൻ : രാജാവ്, നന്ദന : പുത്രി, ധരിക്കുക,: മനസ്സിലാക്കുക.

* *മൂലകഥയിൽ താൻ നളനെന്ന് ഇവിടെ വ്യക്തമാക്കുന്നുണ്ട്. ദൂതന് ഗൗരവം നല്കുവാനും, ഭൈമിയുടെ മനസ്സ് അറിയുവാനും നളന്റെ മഹത്വം വർദ്ധിപ്പിക്കാനും ഉണ്ണായിവാര്യരുടെ വ്യതിയാനം സഹായകമാവുന്നു*

* *താൻ കാമനും സോമനും ഒന്നുമല്ല, ദേവദൂതൻ മാത്രമെന്ന് മുൻ ചോദ്യത്തിന് ഉത്തരമായി ദയമന്തി.*

അനുപല്ലവി,

ദേവേന്ദ്രന്റെ ചില സന്ദേശങ്ങൾ ഉണ്ടെന്നും, അവ ചെവിക്കൊള്ളേണമെ എന്നും നളന്റെ അപേക്ഷ.

അമരപതി : ദേവേന്ദ്രൻ, വാചികങ്ങൾ : സന്ദേശങ്ങൾ.

ഭൈമി

പദം 25 ചരണം 1

ഏതൊരു കുലത്തെയാണ് നീ ജന്മം കൊണ്ട് അലങ്കരിച്ചത് (കുലം ഏത് എന്ന് സാരം) നിന്റെ പേരെന്താണ്\? ലോകനാഥനെന്ന് എനിക്ക് മനസ്സിൽ തോന്നിയ നീ ദൂതനാണെന്ന് പറഞ്ഞതിൽ വിശ്വാസം വരുന്നില്ല.

ഉര ചെയ്യുക: പറയുക, നാമധേയം : പേര്, ജഗന്നാഥൻ : രാജാവ്, ചേതസ്സി : മനസ്സിൽ.

നളൻ

പദം 26 ചരണം 1

ഇന്ദ്രൻ ആർത്തനായി ഒരു കാര്യം പറഞ്ഞയക്കുമ്പോൾ. ആ കാര്യം ചോദിക്കാതെ വന്ന ദൂതന്റെ ഊരും പേരും അന്വേഷിക്കുകയെന്നത് യോഗ്യമാണോ? അഖിലഭുവനനാഥനായ ഇന്ദ്രനാണ് എന്നെ പറഞ്ഞയച്ചത്. ഇന്ദ്രനിപ്പോൾ ദേവസ്ത്രീകളെക്കൂടി ഉപേക്ഷിച്ചിരിക്കുന്നു. ഇനി നിന്റെ ദാസനായി തീർന്നാലല്ലാതെ അവന്റെ നേരെ അലർബാണന് കോപം ശമിക്കയില്ല.

ആർത്തിഭാജി : ദുഃഖിതനായിരിക്കുമ്പോൾ, വാസ്തോഷ്പതോ : ഇന്ദ്രൻ, വാസവൻ :

ഞ്ജഞ്ജസ മാമയച്ചതു കേൾക്ക നീ
അമരാംഗനമാരെയുമരാധിപൻ വെടിഞ്ഞു
തവദാസനായൊഴിഞ്ഞില്ലലർബാണകോപശാന്തി (ഭീമാ)

നളൻ

പദം 26. ചരണം 2

അനലനും നിൻ ഗുണങ്ങൾ കേൾക്കയാൽ
മദനാധിയിലെ വെന്തു നീറുന്നു
അവനിലിന്ധനമെന്നപോലവേ, ഇപ്പോൾ
അഭിമതയല്ലവനു സ്വാഹയും
സുമബാണബാണമേറ്റു യമനും മൃതിയടുത്തു
വരുണനുമാരാമയം ബഡവാമുഖാദധികം.... (ഭീമാ)

ഭൈമി

പദം 25. ചരണം 2

ഈശ്വരന്മാരെന്തു വിചാരലേശം കൂടാതെ അതി-
നീചയോഗ്യമാരംഭിച്ചതാചാരമിപ്പോൾ?
രാജപുത്രി ഞാനിന്നൊരു രാജഭാര്യയെ-
ന്നാശയേ ധരിപ്പിതിനെന്തു ക്ലേശം ദേവാനാം? (ഹേ മഹാ)

ഇന്ദ്രൻ. അഞ്ജസാ : പെട്ടെന്ന്, മാം : എന്നെ, അമരാംഗനമാർ : ദേവസ്ത്രീകൾ, അലർ ബാണൻ : കാമദേവൻ.

* *ദമയന്തി ഇന്ദ്രനെ വരിക്കാത്ത പക്ഷം അലർബാണന്റെ ശല്യം തടുക്കാൻ വേണ്ടി ഇന്ദ്രന് നിന്റെ ദാസനായിട്ടെങ്കിലും ഇരിക്കേണ്ടിവരും*

നളൻ

പദം 26 ചരണം 2

അഗ്നിയിൽ വിറകെങ്ങിനെയോ അങ്ങനെ അഗ്നിതന്നെ കാമപീഢയാൽ വെന്തു നീറുന്നു. തന്റെ പത്നിയായ സ്വാഹയിൽ അവന് ഇപ്പോൾ ഹിതമില്ലാതായി കാമ ബാണമേറ്റിട്ട് അന്തകനും മരിക്കാറായിരിക്കുന്നു. വരുണൻ ബഡവാഗ്നിയേക്കാൾ അധികം താപത്തെ കാമബാണം നിമിത്തം അനുഭവിക്കുന്നു.

അനലൻ : അഗ്നി, മദനാധി : കാമപീഢ, ഇന്ധനം : വിറക്, അഭിമത : പ്രിയപ്പെട്ടവൾ, സ്വാഹ : അഗ്നിയുടെ പത്നി, സുമബാണം : കാമബാണം. യമൻ : കാലൻ, മാരാമയം : കാമദുഃഖം, ബഡവാമുഖൻ : ബഡവാഗ്നിയേക്കാൾ (സമുദ്രത്തിനടിയിലെ അഗ്നി)

* *ദേവേന്ദ്രനെ കൂടാതെ മറ്റ് മൂന്ന് ദേവന്മാരുടെ അവസ്ഥ പറയുന്നു.*
* *സമുദ്രത്തിന്റെ ഉള്ളിൽ ബഡവാഗ്നി ജ്വലിച്ചുകൊണ്ട് സമുദ്രജലം വിറ്റുന്നുവെന്നും, അതിനാലാണ് നദീജലം ഒഴുകിവന്നിട്ടും കടലിൽ വെള്ളപ്പൊക്കം ഉണ്ടാവാത്തതെന്നും പുരാണ സങ്കല്പം*
* *ബഡവാഗ്നിക്ക് കാട്ടുതീ എന്നും അർത്ഥം.*

ഭൈമി

പദം 25, ചരണം 2.

ഈശ്വരന്മാരായ ഇന്ദ്രാദികൾ എന്തു കൊണ്ടാണ് വിചാരബുദ്ധിയില്ലാതെ നീചന്മാർക്കു ചേർന്ന പ്രവൃത്തി തുടങ്ങിയത്. ഞാൻ ഒരു മനുഷ്യരാജാവിന്റെ പുത്രിയല്ലയോ? അങ്ങനെയുള്ളവർ ഒരു മനുഷ്യരാജാവിന്റെ തന്നെ ഭാര്യയാവുന്നതാണെന്ന് മനസ്സിൽ ധരിക്കുന്നത് ദേവന്മാർക്ക് എന്താണിത്ര പ്രയാസം ?

ആശയേ : മനസ്സിൽ, ക്ലേശം : ബുദ്ധിമുട്ടി, ദേവാനാം : ദേവകൾക്ക്.

* *വിചാരമില്ലാത്ത ദേവന്മാരുടെ പ്രവൃത്തിയിൽ ദമയന്തിയുടെ അപ്രിയം. ആചാരം തെറ്റിച്ചാണ് ദേവന്മാരുടെ പ്രവൃത്തി എന്ന് ദമയന്തി.*
* *അന്യരുടെ അന്തർഗതം അറിയാൻ കഴിയുന്ന ദേവന്മാർക്ക് തന്റെ താത്പര്യങ്ങൾ മനസ്സിലാക്കാനായില്ല എന്ന് ദമയന്തി.*

നളൻ

പദം 26 ചരണം 3

അമൃതമതിമധുരം പീയതേ, കാല-
മനിശം കളികൾകൊണ്ടു നിയതേ;
അനവധി ഗുണമനുഭൂയതേ; ചിര-
മായുരനവധി ജായതേ.
വൃന്ദാരകാധിപരിച്ചൊന്നതിലൊരുവനെ
നന്നായ് വിചാരിച്ചുറച്ചിന്നേ വരിച്ചുകൊൾക (ഭീമാ)

ഭൈമി

പദം 25. ചരണം 3

വല്ലഭനുണ്ടുള്ളിൽ, പുറത്തില്ല കാണ്മാനും പാരം
അല്ലലുണ്ടവനെപ്പോലെ നല്ലവൻ നീയും
വല്ലായ്മ ജീവിപ്പാൻ മമ, തെല്ലുനേരം നീ വാണു
നല്ല വചനം ചൊൽകിലില്ല വൈഷമ്യം... (ഹേ
മഹാ)

നളൻ

പദം 26. ചരണം 4

ഹന്ത! കേൾ ദമയന്തി! നിന്നുള്ളി-
ലന്ധഭാവമനന്തമേ
വന്ദനീയന്മാരെ വെടിയുന്നതിൽ മൂലം

നളൻ.

പദം 26 ചരണം 3

ഈ ദേവന്മാർ നാലിൽ ഒരുവനെ വരിക്കുന്നതാണ് നിനക്ക് ശ്രേയസ്സ്. എന്തുകൊണ്ടെന്നാൽ ദേവഭാര്യയായാൽ ആഹാരത്തിന് അതിമധുരമായ അമൃതാണ്. സർവ്വകാലവും കളികൊണ്ടുതന്നെ കഴിക്കാം. അനവധി ശ്രേയസ്സുകൾ അനുഭവിക്കാം. അവസാനമില്ലാത്ത ആയുസ്സുമുണ്ടാകും.

പീയതേ: പാനം ചെയ്യപ്പെടുന്നു. അനിശം: എല്ലായ്പ്പോഴും (രാപ്പകലില്ലാതെ), നിയതേ : നയിക്കപ്പെടുന്നു. അനുഭൂയതേ : അനുഭവിക്കപ്പെടുന്നു. ചിരം: ദീർഘകാലം, ജായതേ: ഉണ്ടാകുന്നു, വൃന്ദാരകർ : ദേവർ, വരിക്കുക : സ്വീകരിക്കുക.

* *ദേവഭാര്യ എന്ന പദവിയിലുള്ള സുഖാനുഭവങ്ങൾ എണ്ണിപറഞ്ഞ് ഭൈമിയെ പ്രലോഭിപ്പിക്കുകയാണ് നളൻ.*

ഭൈമി.

പദം 25. ചരണം 3

പുറത്ത് കാണ്മാനില്ലെങ്കിലും ഞാൻ വരിച്ചിട്ടുള്ള വല്ലഭൻ എന്റെ ഉള്ളിലുണ്ട്. അവന്റെ ഛായയുള്ള നീ ഇങ്ങനെയൊക്കെ സംസാരിക്കുന്നതുകൊണ്ട് എനിക്ക് വളരെ വ്യസനം തോന്നുന്നു. ഈ സ്ഥിതിയിൽ എനിക്ക് ജീവിച്ചിരിക്കുന്നതേ പ്രയാസം. നീ ക്ഷണനേരമെങ്കിലും ഇവിടെ താമസിച്ച് നല്ല വാക്കു പറഞ്ഞാൽ വളരെ ആശ്വാസമുണ്ടായിരുന്നു.

വല്ലഭൻ : ഭർത്താവ്, അല്ലൽ : ദുഃഖം, മമ: എനിക്ക്, വചനം : വാക്ക്.

ദമയന്തി ഇന്ദ്രാദികളുടെ അഭ്യർത്ഥന തള്ളിക്കളയുന്നു.

താൻ മനസ്സിൽ വരിച്ച വല്ലഭനോട് സാദൃശ്യമുള്ള നീയും അവർക്കുവേണ്ടി സംസാരിക്കുന്നതുകൊണ്ട് കൂടിയാണ് ഭൈമിയുടെ അല്ലൽ.

പദം 26 ചരണം 4

ഹേ ദമയന്തി, നീ അറിവില്ലാത്തവൾ തന്നെ; ദേവന്മാർ വന്ദ്യന്മാരല്ലയോ? അവരെ നീ ഉപേക്ഷിക്കുന്നത്. അവർ ഇങ്ങോട്ട് നിന്റെ വീട്ടിൽ വന്ന് ദൂതൻ മുഖേന അപേക്ഷിച്ചതുകൊണ്ടാണോ? ദേവനിന്ദ ചെയ്യു നിനക്ക് ബന്ധുവാരെന്ന് എനിക്കൊന്നറിയണം.

മന്ദിരത്തിലേവം വന്നിരന്നതോ?
വൃന്ദാരകവരരെ നിന്ദചെയ്തൊരു നിന-
ക്കിന്നാരൊരുവൻ ബന്ധു, എന്നാലതറിയേണം (ഭീമാ)

ചരണം 5

ഇന്ദ്രയമശിഖിപാശികൾ ഇന്നു
ചൊന്ന വാക്കിനില്ലാദരം
എന്നു വന്നതിൽ കാരണം വന്നോ-
രെന്നിലുള്ള നിന്ദ നിർണ്ണയം
ഇന്ദ്രാദിയോടു ചൊൽവേൻ, അന്യം നിയോഗിച്ചെന്നാൽ
സന്ദേഹമില്ലവർകൾ നിന്നെയും കൊണ്ടുപോമേ
(ഭീമാ)

ഭൈമി

പദം 25 ചരണം 4

പതി ദേവതമാരനവധി ഭുവി ശ്രേഷ്ഠരിലൊന്നല്ലോ ഞാൻ?
ചതി ദേവതകൾ തുടർന്നീടുകിലോ ഗതിയാരവനിതലേ?
പതിസമനെന്നോർത്തിതു കേൾ നിന്നോടുദിതം നേരെല്ലാം
ഇതരനോടില്ലിതും, ഓർത്തവരോടു സദൃശം വദ നീ പോയ്
(ഹേ മഹാ)

അന്ധഭാവം : മൂഢത, അനന്തം : അന്തമില്ലാത്തത്, വെടിയുക: ഉപേക്ഷിക്കുക, മൂലം : കാരണം, മന്ദിരം : വീട്. ഏവം : ഇപ്രകാരം.

* *ദേവന്മാരെ നിന്ദിച്ചിരിക്കെ നിനക്കിനി ആരാണ് ബന്ധുവായിവരിക എന്നും അതറിയണം എന്നും വ്യാഖ്യാനിക്കാം.*

ചരണം 5

ഇന്ദ്രാദികളെ നീ വരിക്കാത്തത് അവരുടെ ദൂതനായ എന്റെ പേരിലുള്ള വൈരസ്യത്താലാണ്. ഈ വിവിരം ഞാൻ അവരെ ഗ്രഹിപ്പിച്ചേക്കാം. അവർ നിനക്ക് രസിക്കുന്ന വേറെ ഒരു ദൂതനെ അയച്ചാൽ നീ അവരെ നിശ്ചയമായി വരിക്കുകയും ചെയ്യും.

ശിഖി : അഗ്നി, പാശി: വരുണൻ, ആദരം : ആദരവ്(ബഹുമാനം), നിന്ദ : അവഗണന (അവഹേളനം), നിർണ്ണയം : തീർച്ചയായും, അന്യം : മറ്റൊരാളെ, സന്ദേഹം : സംശയം.

ഭൈമി.

പദം 25 ചരണം 4

ലോകത്തിൽ പാതിവ്രത്യനിഷ്ഠയുള്ള സ്ത്രീകൾ അസംഖ്യം ഉള്ളതിൽ ഒരുവളാണ് ഞാൻ. ഞാൻ മനസ്സുകൊണ്ടു വരിച്ച ഒരുവനെ മാറ്റി ഇന്ദ്രാദികളെ വരിച്ചാൽ വ്രതലോപം വരും. ഇതൊക്കെയറിഞ്ഞിട്ടും ദേവന്മാർ വഞ്ചന തുടങ്ങുകയാണെങ്കിൽ പിന്നെ ആശ്രയമാര്? ഭർത്തൃസമനെന്നോർത്താണ് ഞാൻ നിന്നോട് നേരെല്ലാം പറഞ്ഞത് അന്യരോട് ഇത്രയും കൂടിയില്ല. ഇതെല്ലാം ഓർത്ത് നീ അവരോട് ഉചിതമായ മറുപടി പറഞ്ഞുകൊൾക.

പതിദേവത : പതിവ്രത, ഭുമി : ലോകത്തിൽ, ഗതി : ആശ്രയം, അവനീതലം : ഭുമി, ഉദിതം : പറയപ്പെട്ടു, ഇതരൻ : മറ്റൊരുവൻ, വദ : പറഞ്ഞാലും.

രംഗം ഒമ്പത്

ഇന്ദ്രാദികൾ നിൽക്കുന്ന സ്ഥലം

മോഹനം - മുറിയടന്ത

ശ്ലോകം 22

ഇത്ഥ്യേവം ദമയന്തിതൻ മൊഴികൾ കേട്ടത്യന്തമാശ്ചര്യവും
വാത്സല്യം ബഹുമാനവും പ്രണയവും ചേർത്തു നളന്നാശയേ
ആത്താവേശമിമാം പിരിഞ്ഞു തരസാ പോന്നു തിരോഭൂതനായ്
വാർത്താമാഹ സഹസ്രനേത്ര ഹുതഭുക്കീനാശപാശായുധാൻ

നളൻ

പദം 27 പല്ലവി

ശരണം ദേവേശ്വര! ഭവദീയചരണയുഗളം മേ

അനുപല്ലവി

ഹരിണമിഴി തന്നുടെ അരികിലേ ഗമിച്ചേൻ ഞാൻ
ഒരു ഫലമുളനായീലറിയിപ്പതിനിയെന്തു?.....

(ശരണം)

രംഗം ഒമ്പത്

ഇന്ദ്രാദികൾ നില്ക്കുന്ന സ്ഥലം

(ദമയന്തിയുടെ സന്നിധിയിൽ നിന്ന് മടങ്ങി വന്ന് വിവരങ്ങൾ ദേവാദികളെ നളൻ അറിയിക്കുന്നതും, അതിന് ഇന്ദ്രന്റെ മറുപടിയും ഇന്ദ്രാദികൾ നില്ക്കുന്നു സ്ഥലം കേന്ദ്രമാക്കുന്ന ഒൻപതാം രംഗത്തിൽ)

ശ്ലോകം 22

സാരം : ഇപ്രകാരം ദമയന്തിയുടെ വാക്കുകൾ കേട്ട്, അവളുടെ വ്രതനിഷ്ഠയിൽ ആശ്ചര്യം. തന്റെ പ്രിയതമയാണല്ലോ എന്ന് വാത്സല്യം, ഗംഭീര പ്രകൃതികണ്ട് ബഹുമാനം, ഗുണങ്ങളുടെ പൂർണ്ണതകണ്ട് ഗാഢമായ പ്രണയം എന്നീ വികാരങ്ങൾ എല്ലാം നളന് ഉണ്ടായി. അനന്തരം അവൻ ധൈര്യം ആർജ്ജിച്ചുകൊണ്ട് ഒരുവിധം ദമയന്തിയെ പിരിഞ്ഞ് തിരസ്കരണിയെ ഉപയോഗിച്ച് ആരും കാണാതെ മടങ്ങിപ്പോന്നു. പിന്നീട് ദേവന്മാരോട് വാർത്തയെ പറഞ്ഞു.

ഇത്ഥ്യേവം : ഇപ്രകാരം, ആശയേ : മനസ്സിൽ, ആത്താവേശം : ധൈര്യം ആർജ്ജിച്ചുകൊണ്ട്, തരസാ : പെട്ടെന്ന്, തിരോഭൂതനായ് : മറഞ്ഞു (തിരസ്കരണി പ്രകാരം) വാർത്താം ആഹ : വാർത്ത പറഞ്ഞു, സഹസ്രനേത്രൻ : ഇന്ദ്രൻ, ഹുതഭുക്ക് : അഗ്നി, കീനാശൻ : യമൻ, പാശായുധൻ : വരുണൻ

വൃത്തം: ശാർദ്ദൂലവിക്രീഡിതം.

നളൻ

പദം 27 പല്ലവി

ദേവേശ്വരനായ ദേവേന്ദ്ര! അങ്ങയുടെ കാലിണയെ വന്ദിക്കുന്നു. (അതാണ് ശരണം എന്ന മട്ടിൽ)

ഭവദീയ ചരണയുഗളം: അങ്ങയുടെ കാലിണ, മേ : എനിക്ക്.

അനുപല്ലവി.

ദമയന്തിയെ സന്ദർശിച്ചതും ദൂത് പറഞ്ഞതും വിവരിക്കുന്നു. ഒരു ഫലവുമുണ്ടായില്ല. ഇനി എന്ത് അറിയിക്കാനാണ്.

ഹരിണമിഴി : മാൻമിഴി, ഗമിച്ചു : ചെന്നു.

ചരണം 1

ആരും കാണാതെ കടന്നു ചെന്നേനങ്ങു
നാരീമണിതന്നിരികിൽ നിന്നേൻ
വേറെ വേറെ അഭിമതങ്ങൾ ചൊന്നേൻ പിന്നെ
സാമസരണിയിലേ ചിരമിരന്നേൻ
അതിനൊരുത്തരമാഭിമുഖ്യവു-
മവൾ തരാഞ്ഞതികുപിതനായഹ-
മകഥയം ചില ഭേദവാക്കുക-
ളറികയ ചൊല്ലിയതനൃതമല്ലിതു.... (ശരണം)

ചരണം 2

ആകുന്ന ഭേദമൊഴി കേട്ടിട്ടുമവൾ-
ക്കാകുലമുള്ളിലുണ്ടായീലൊട്ടും
ലോകപാലന്മാരെ! നാകസുഖമാർക്കു
ഭാഗധേയമില്ലെന്നാകിൽ കിട്ടും?
അവളൊരുത്തനിൽവച്ച മാനസ-
മസമസായകബാണസാക്ഷിക-
ളഖിലസാക്ഷികൾ നിങ്ങളോടിതു
മഹിളാമാർമണി നാഹ മാമപി... (ശരണം)

ചരണം 1

തിരസ്കരണിയാൽ ആരും കാണാതെ, കന്യാന്തഃപുരത്തിൽ കടന്ന് ദമയന്തിയുടെ അരികെ ചെന്ന് ദേവന്മാരുടെ താത്പര്യം വെവ്വേറെ നയത്തിൽ പറഞ്ഞുനോക്കി. സാമ മാർഗ്ഗത്തിൽ ഏറെ അപേക്ഷിച്ചു. അതിന് ഒരു മറുപടിയും, ആഭിമുഖ്യവും, ദമയന്തി തരാഞ്ഞപ്പോൾ അധികം ദേഷ്യത്തോടെ ചില ഭേദവാക്കുകൾ പറഞ്ഞു. ഈ പറഞ്ഞതൊന്നും അസത്യമല്ല.

നാരീമണി : സുന്ദരി, അഭിമതങ്ങൾ : താത്പര്യങ്ങൾ, സാമസരണി : സാമ മാർഗ്ഗം (അനുരഞ്ജനത്തിന്റെ, ഇണക്കി പറയലിന്റെ മാർഗ്ഗം), ചിരം: ഏറെ, ആഭിമുഖ്യം: അനുകൂലഭാവം, അഹം : ഞാൻ, അകഥയ : പറഞ്ഞേൻ, ഭേദവാക്കുകൾ : ഭീഷണിവാക്കുകൾ (ഭാർഗ്ഗപ്പെട്ടുത്തലുകൾ), അനൃതം : അസത്യം.

* *ദൈവന്മാരുടെ ഇഷ്ടങ്ങൾ ഒന്നൊന്നായി പറഞ്ഞു എന്നും 'വേറെ വേറെ അഭിമതങ്ങൾ' എന്നും അതിനെ വ്യാഖ്യാനിക്കാം.*

* *സാമം, ദാനം, ഭേദം, ദണ്ഡം, എന്നിങ്ങനെ ചതുരുപായങ്ങൾ. അനുരഞ്ജനത്തിന്റെ മാർഗ്ഗമാണ് സാമം. വല്ലതും കൊടുത്ത് ശത്രുവിനെ സമാധാനപ്പെടുത്താൻ നാം പരസ്പരം സ്നേഹിച്ചുകൊണ്ട് തന്നെ ദ്രോഹിക്കുന്ന രണ്ടു ശത്രുക്കളെ തങ്ങളിൽ ഭിന്നിപ്പിക്കുകയും തരമുണ്ടെങ്കിൽ അവരിൽ ഒരുവനെ തനിക്കധീനമാക്കുകയും ചെയ്യുന്നതാണ് ഭേദം. പ്രഹരത്തിന്റെ മാർഗ്ഗമാണ് ദണ്ഡം. സാമവും ഭേദവും നളൻ ഉപയോഗിക്കുന്നു.*

ചരണം 2

ഭേദവാക്കുകൾ കേട്ടിട്ടും ദമയന്തിക്ക് ആകുലതയുണ്ടായില്ല. അവൾക്ക് പക്ഷേ, സ്വർഗ്ഗസുഖമനുഭവിക്കാൻ ഭാഗ്യമില്ലായിരിക്കും. അവൾ മന്മഥബാണങ്ങളെ സാക്ഷിയാക്കി വച്ച് ഒരുവനെ വരിച്ചിട്ടുണ്ട്. അവൻ ആരെന്ന് അവൾ നിങ്ങളോടൊ എന്നോടെ പറയുന്നില്ല. പക്ഷേ സർവ്വ സാക്ഷികളായ നിങ്ങൾക്ക് ആരെന്ന് അറിയുമായിരിക്കും.

അസമസായകൻ : കാമൻ, അഖിലസാക്ഷി : സർവ്വസാക്ഷി, മാം അപി ന ആഹ : എന്നൊടാകട്ടെ, പറയുന്നില്ല.

* *എല്ലാം കാണുന്ന നിങ്ങളോട് ദമയന്തി ഇതു പറയില്ല എന്നും വ്യാഖ്യാനിക്കാം.*

ചരണം 3

അരുളിച്ചെയ്തപോലിതെല്ലാം കേട്ടേൻ;
അഗതിക്കെനിക്കിനി ആവതെന്തിപ്പോൾ?
അപരനെയങ്ങു നിയോഗിച്ചാലും ദ്രുത-
മപഹരിച്ചാലുമവളെ വേഗാൽ
അബലമാരതിചപലമാരിതി
പറവതിനു നഹി കുറവു കിഞ്ചന
ലാളനേന വശീകരിച്ചു ര-
മിച്ചുകൊള്ളുക നല്ലു വേണ്ടുകിൽ... (ശരണം)

ഇന്ദ്രൻ

ചരണം 4

പോക ഭവാനും സ്വയംവരത്തിനു, യത്നം
ചെയ്ക നിനക്കവളെ ലഭിപ്പാൻ
സ്നേഹം കൊണ്ടൈവരുമൊന്നല്ലോ നാം; നമ്മി-
ലേകനെ വേണമവൾക്കു വരൻ
അപരനെപ്പുനരവൾ വരിക്കി-
ലനർത്ഥമവനുമവൾക്കുമുണ്ടതി-
നെത്തുമേ വയമസ്തസംശയ-
മസ്ഥലത്തിലൊരത്തലെന്നിയേ.

ചരണം 3

ആജ്ഞാപിച്ചപോലെയെല്ലാം പ്രവർത്തിച്ചു. അഗതിയായ എനിക്കിനി എന്താവാനാണ്? വേറൊരാളെ ദൂതിനായി നിയോഗിച്ചുകൊള്ളുക. അവളെ പെട്ടെന്നു തന്നെ അപഹരിക്കുക. അബലമാർ ചപലമാരാണെന്ന കാര്യത്തിന് ഒരു ഭേദവും വന്നിട്ടില്ല. അതിനാൽ വേണമെങ്കിൽ ലാളിച്ച് അവളെ വശീകരിച്ച് രമിക്കുവാൻ ശ്രമിച്ചു കൊള്ളുകയാണ് നിങ്ങൾക്ക് നല്ലത്.

അഗതി : ആശ്രിതൻ, അപരൻ : മറ്റൊരുവൻ, ദ്രുതം : വേഗത്തിൽ, അപഹരിക്കുക : മോഷ്ടിക്കുക, ചപലന്മാർ: മനസ്സിന് (വാക്കിന്) ഉറപ്പില്ലാത്തവർ, ഇതി : ഇപ്രകാരം, കിഞ്ചന കുറവു നഹി : ഒട്ടും മാറ്റം വന്നിട്ടില്ല. ലാളനേന: ലാളനയോടെ.

* *സ്ത്രീകൾ ചപലകളായതിനാൽ മറ്റൊരാളെ നിയോഗിച്ച് അവളെ വശീകരിച്ചാൽ ദമയന്തിയും ദേവന്മാരിൽ അനുരക്തയാവാം എന്ന് നളൻ. ദൂത് പറയാൻ വന്ന തന്റെ പ്രശ്നമാണ് ദമയന്തി വരുതിയിലാവാത്തത് എന്ന് ദമയന്തിയോട് പറഞ്ഞത് നളൻ ദേവേന്ദ്രനോടും പറയുന്നു.*

ഇന്ദ്രൻ

ചരണം 4

നീയും സ്വയംവരത്തിൽ ചെന്ന് നിനക്കവളെ ലഭിപ്പാനുള്ള മാർഗ്ഗം നോക്കിക്കൊള്ളുക. ദമയന്തിയോടുള്ള സ്നേഹത്തിൽ നാം ഏവരും ഒരുപോലെയാണ്. അതുകൊണ്ട് നമ്മൾ അഞ്ചുപേരിൽ ഒരുവനെ അവൾ വരിക്കണം. ആറാമതൊരാളെ അവൾ വരിച്ചാൽ അവൾക്കും അവനും ദോഷമുണ്ട്. അതിലേക്കായി ഞങ്ങളും സംശയമില്ലാതെ ആ സ്ഥലത്ത് എത്തിക്കൊള്ളാം.

ഭവാൻ : അങ്ങ്, യത്നം: പരിശ്രമം, അനർത്ഥം : അപകടം, വയം : ഞങ്ങൾ, അസ്തസംശയം : സംശയം, കൂടാതെ, അത്തൽ : ദുഃഖം.

* *ദേവന്മാരുടെ വാക്കിന് രണ്ടർത്ഥം. ഒന്നാമത് ദേവന്മാരുടെ നിരാശയിൽ അവർ ദമയന്തിയെ നളന് നല്കാൻ പോകുന്നു; എന്ന അർത്ഥത്തിൽ. നാം തമ്മിൽ സ്നേഹിതൻമാരാകയാൽ നിന്നെ വരിച്ചാലും ഞങ്ങൾക്ക് ഞങ്ങളെ വരിച്ചപോലെ തന്നെ എന്ന് സാരം. രണ്ടാമതായി നാം ഐവരും സ്നേഹംകൊണ്ട് ഒന്നാകയാൽ ഞങ്ങൾ നാലുപേരും കൂടി നിന്റെ വേഷത്തിൽ അവിടെ വരാൻ ഭാവമുണ്ട്. അതായത്, ഇപ്പോൾ*

പല്ലവി

സുമതേ രാജേന്ദ്ര നിന്നുടെ മനം
ദുരിതസരണിവിമുഖം

രംഗം പത്ത്:

അസുരപുരം

നാട്ടക്കുറിഞ്ഞി - അടന്ത

ശ്ലോകം 23

തുഷ്ടൈരേവം സുരപരിവൃഢൈ-
നൈഷധേന്ദ്രേ വിസൃഷ്ടേ
ഹൃഷ്ടേ മഞ്ചം ഗതവതി വിദർഭേന്ദ്ര
ദിഷ്ടം വിശിഷ്ടം
സപ്തദ്വീപാധിപനൃപകുലേ - സോപ-
ദേവേ സുരൗഘേ-
പ്യത്രാവാപ്തേ നിശിചരഗണാഃ
പ്രോചുരഭേത്യ ദൈത്യാൻ

സ്നേഹബന്ധം കൊണ്ട് നമ്മൾ അഞ്ചുപേരും ഒന്നിച്ചിരിക്കുന്നു. അഞ്ചുപേരിൽ ഒരാളെ വരിക്കുകയാണ് അവൾക്കു നല്ലത് എന്ന് അർത്ഥം. ഇതിൽ ഒന്നാമത്തെ അർത്ഥമാണ് നളൻ ഗ്രഹിക്കുന്നത്.

പല്ലവി

നളരാജേന്ദ്ര! അങ്ങയുടെ മനസ്സ് ദുർമാർഗ്ഗത്തിലൂടെ ചരിക്കാത്തതാണ്.
ദുരിതസരണിവിമുഖം : ദുർമാർഗ്ഗത്തിൽ പ്രവർത്തിക്കാത്തത്.

* *നളനെ ശരിക്ക് പരീക്ഷിച്ചറിഞ്ഞ് നളൻ സത്യം വിട്ട് പ്രവർത്തിക്കുന്നവനല്ല എന്ന് ദേവാദികൾ മനസ്സിലാക്കുന്നു.*

രംഗം 10.

അസുരപുരം.

(അസുരന്മാരോട് രാക്ഷസന്മാരുടെ ദമയന്തിയെക്കുറിച്ചുള്ള സൂചനയും, സ്വയംവരത്തെ സംബന്ധിച്ച സംഭാഷണവും അസുരപുരത്തിൽ വെച്ചു നടക്കുന്ന 10-ാം രംഗത്തിൽ)

ശ്ലോകം 23.

സാരം : സന്തുഷ്ടരായ ദേവശ്രേഷ്ഠന്മാരിൽ ഇപ്രകാരം പറഞ്ഞയക്കപ്പെട്ട സന്തുഷ്ടനായ നളൻ. വിദർഭരാജാവിനാൽ പ്രത്യേകമായി നൽകപ്പെട്ട വിശിഷ്ടമായ മഞ്ചത്തെ പ്രാപിക്കവെ, ഏഴു ഖണ്ഡങ്ങളുടെയും അധിപൻമാരായ രാജാക്കൻമാരും ഉപദേവന്മാരോടുകൂടി ദേവന്മാരും അവിടെ എത്തിയപ്പോൾ രാക്ഷസക്കൂട്ടങ്ങൾ അസുരന്മാരെ സമീപിച്ച് പറഞ്ഞു.

അന്വയം.

തുഷ്ടൈഃ സുരപരിവൃഢൈഃ ഏവം വിസൃഷ്ടേ ഹൃഷ്ടേ നൈഷധേന്ദ്ര, വിദർഭേന്ദ്ര ദിഷ്ടം വിശിഷ്ടം മഞ്ചാം ഗതവതി സപ്തം ദ്വീപാധിപനൃപകുലേ സോപദേവേ സുരൗഘേപ്ര്യാവാപ്തേ, നിശിചരഗണാ, ദൈത്യാൻ അഭേത്യ പ്രോചുഃ

തുഷ്ടൈഃ : സന്തോഷിച്ചിരിക്കുന്ന, ഏവം : ഇപ്രകാരം, സുരപരിവൃഢൈഃ ദേവശ്രേഷ്ഠന്മാരാൽ, വിസൃഷ്ടേ : പറഞ്ഞയയ്ക്കപ്പെട്ട, ഹൃഷ്ടേ : സന്തുഷ്ടനായിട്ട്, ഗതവതി : പ്രാപിച്ചവനായപ്പോൾ, ദിഷ്ടം : നിർദ്ദേശിയ്ക്കപ്പെട്ട, സപ്തം ദ്വീപാധിപനൃപകുലേ: ഏഴു ദ്വീപുകളിലെയും രാജസമൂഹവും, സോപദേവ : ഉപദേവന്മാരോടുകൂടി, സുരൗഘേ : ദേവന്മാരും, അവാപ്തേ : പ്രാപിച്ചപ്പോൾ, നിശിചരഗണാ : രാക്ഷസക്കൂട്ടങ്ങൾ, പ്രോചുഃ : പറഞ്ഞു. അഭേത്യ : പ്രാപിച്ചിട്ട്, ദൈത്യാൻ : അസുരന്മാരെ.

വൃത്തം : മന്ദാക്രാന്ത.

രാക്ഷസന്മാർ

പദം 28 പല്ലവി

സമർത്ഥരെന്തീവണ്ണം നിങ്ങൾ ദാനവന്മാരേ!
പ്രമത്തരായിരിപ്പതിപ്പോൾ

അനുപല്ലവി

പുമർത്ഥസാരനീതികളത്രലാഭലോഭേന!
ചതുർദ്ദശവാസികളെത്ര സംഭ്രമിക്കുന്നു...
(സമർത്ഥ)

ചരണം 1

ധരിത്രിയിൽ വിദർഭമന്ദിരത്തിലുണ്ടൊരുത്തിപോൽ
തരത്തിലില്ലവൾക്കാരും സുരസ്ത്രീനികരത്തിലും
പ്രവൃത്തം തത്സ്വയവരം നിമിത്തീകൃത്യ കുണ്ഡിന
പുരത്തിലേ സമസ്തരും നിരത്തിച്ചെന്നിരിക്കുന്നു.....(സമർത്ഥ)

ദാനവർ (തമ്മിൽ)

പല്ലവി

മതി ചൂതുചതുരംഗവും രാക്ഷസരെന്തു
ചതിയോ ചൊന്നതു നേരോ?

അനുപല്ലവി

ക്ഷിതിയിലുള്ളൊരു നാരി അതിരൂപിണിയെന്നാലും
ത്രിദശവാസികൾക്കേവം രതിവന്നതതികൗതുകം....
(മതി)

രാക്ഷസന്മാർ.

പദം 28 പല്ലവി

അസുരന്മാരെ, സമർത്ഥരായ നിങ്ങൾ എന്താണ് ഇപ്പോൾ പ്രമത്തരായിരിക്കുന്നത്.

ദാനവർ : അസുരന്മാർ, പ്രമത്തർ : വേണ്ടകാര്യങ്ങളിൽ ശ്രദ്ധയില്ലാത്തവർ

അനുപല്ലവി.

പുരുഷാർത്ഥങ്ങളിൽ പ്രധാനമായ കളത്രലാഭത്തിനുള്ള ആഗ്രഹത്താൽ പതിനാലു ലോകങ്ങളിലും ഉള്ളവരും എത്രയോ സംഭ്രമിക്കുന്നു.

പുമർത്ഥം : പുരുഷാർത്ഥം, കളത്രം : ഭാര്യ, ചതുർദ്ദശവാസികൾ : പതിനാല് ലോക വാസികൾ, സംഭ്രമിക്കുന്നു. : വ്യാകുലപ്പെടുന്നു.

* *ധർമ്മാർത്ഥകാമമോക്ഷങ്ങൾ നാലു പുരുഷാർത്ഥങ്ങൾ. മൂന്നാമത്തേത് ഉചിതകള ത്രലാഭവുമായി ബന്ധപ്പെട്ടത്.*

ചരണം 1

ഭൂമിയിൽ വിദർഭരാജധാനിയിൽ ഒരുത്തിയുണ്ട്. അവൾക്കു സമമായി ദേവസ്ത്രീ സമൂഹത്തിൽ പോലും ആരുമില്ല. അവളുടെ സ്വയംവരത്തെ ഒരു നിമിത്തമാക്കിയിട്ട് സകലമാനപേരും കുണ്ഡിനത്തിൽ എത്തിയിരിക്കുന്നു.

ധരിത്രി : ഭൂമി, നികരം : കൂട്ടം, പ്രവൃത്തം : തുടങ്ങിയിരിക്കുന്ന, നിമിത്തീകൃത്യ : നിമി ത്തമാക്കിയിട്ട് (പേരുപറഞ്ഞ്), സമസ്തരും : ഏവരും.

ദാനവർ (തമ്മിൽ)

പല്ലവി

ചൂതും ചതുരംഗവും മതി, രാക്ഷസർ പറഞ്ഞത് ചതിയോ അതോ വാസ്തവമോ?

അനുപല്ലവി.

ഭൂമിയിലുള്ള സ്ത്രീ അതിസുന്ദരിയാണെങ്കിലും സ്വർഗ്ഗവാസികൾക്കെല്ലാം ഈ വിധം രതി എന്നത് അധികം കൗതുകം തന്നെ.

ക്ഷിതി : ഭൂമി, നാരി : സ്ത്രീ, അതിരൂപിണി: അതിസുന്ദരി, ത്രിദശവാസികൾ : സ്വർഗ്ഗവാ സികൾ.

ചരണം 2

മരിച്ചുപോയ് മഹാലക്ഷ്മി മനുഷ്യഭുവനേ ചെന്നു
ജനിച്ചാളല്ലയോയെന്നു നിനച്ചാലുണ്ടവകാശം
തനിച്ച നിദ്രകണ്ടേറ്റം അനിച്ഛവന്നിളു വിഷ്ണൗ
ഗുണജ്ഞയ്ക്കില്ലനർഗ്ഗളം ഇണക്കം നിർവ്വികാരനിൽ...

(മതി)

രാക്ഷസന്മാർ

ചരണം 3

വധിക്കേണം നൃപന്മാരെ: ചതിക്കേണം സുരന്മാരേ
ചരിക്കേണമഹികളേ; ഹരിക്കേണമവളെ നാം
കൊതിക്കേണമശക്തന്മാർ, നടക്ക നാമവിടേക്കു;
മിനക്കെട്ടിങ്ങിരുന്നാലോ കനക്കേട്ടു വരും പാരം...

(സമർത്ഥ)

ചരണം 2

ഇത്തരത്തിൽ ഒരു സുന്ദരി ഭൂമിയിൽ ഉദ്ഭവിക്കാൻ കാരണം അസുരന്മാർ ഊഹിക്കുന്നു. ഭർത്താവായ വിഷ്ണു ഒരു വികാരവും കൂടാതെ സദായോഗനിദ്രയിൽ കിടക്കുന്നതിനാൽ ഗുണജ്ഞയായ മഹാലക്ഷ്മിക്ക് അവനിൽ വെറുപ്പ് തോന്നിയിട്ട് ഭൂമിയിൽ ചെന്നു ജനിച്ചവളായിരിക്കും ആ കന്യക.

നിനച്ചാൽ : വിചാരിച്ചാൽ (ഊഹിച്ചാൽ), തനിച്ച നിദ്ര : എപ്പോഴുമുള്ള ഉറക്കം, ഏറ്റം: അധികം, തനിച്ഛ : ഇഷ്ടക്കേട് (മട്ടപ്പ്), വിഷ്ണൗ : വിഷ്ണുവിൽ, ഗുണജ്ഞ ഗുണം അറിയുന്നവൾ, അനർഗ്ഗളം : ഇടതടവില്ലാതെ, നിർവ്വികാരൻ : വികാരമില്ലാത്തവൻ.

രാക്ഷസന്മാർ.

ചരണം 3.

രാജാക്കന്മാരെ വധിച്ചും, ദേവന്മാരെ ചതിച്ചും. നാഗങ്ങളെ ഭക്ഷിച്ചും നാം അവളെ അപഹരിക്കണം. അതുകൊണ്ട് അശക്തന്മാർ കൊതിക്കണം. നമുക്ക് അങ്ങോട്ട് നടക്കാം. ഇവിടെത്തന്നെ മിനിക്കെട്ടിരുന്നാൽ കനക്കോട് സംഭവിക്കും.

നൃപർ : രാജാക്കന്മാർ, ചരിക്കേണം : ഭക്ഷിക്കേണം, അഹി : പാമ്പ്, ഹരിക്കുക: അപഹരിക്കുക, മിനക്കെട്ട് : നിഷ്ഫലമായി, കനക്കോട് : ഗൗരവക്കുറവ്, പാരം :അധികം.

* *രാജാക്കന്മാർ മനുഷ്യ കന്യകയ്ക്ക് ഞങ്ങൾക്കാണവകാശം എന്നു ഭാവിക്കുന്നതിനാൽ അവരെ കൊല്ലണം എന്നും, ദേവന്മാർ നിഗ്രഹാനുഗ്രഹശക്തന്മാരാകയാൽ അവരെ വഞ്ചിക്കണം എന്നും നാഗങ്ങൾ അശക്തന്മാരാകയാൽ അവരെപിടിച്ച തിന്നുകളയണം എന്നും രാക്ഷസന്മാർ പറയുന്നു.*

രംഗം പതിനൊന്ന്:
കുണ്ഡിനപുരം

സാരംഗം – ചെമ്പട

ശ്ലോകം 24

രാക്ഷസദാനവവീരാ
ത്രുക്ഷരവാഘോഷഭീഷണം ഗത്വാ
കുണ്ഡിനപുരപരിമിളിതാൻ
കിന്നരസുരപന്നഗാനവദൻ

രാക്ഷസന്മാരും ദാനവന്മാരും

പാദം 29, പല്ലവി

ഹിതമല്ലഹിതന്മാരെ! യുഷ്മദീഹിതം
ഹിതമല്ലഹിതന്മാരേ

അനുപല്ലവി

വിതതം ഗഗനം ക്ഷിതിതലമപിഹിത
മഭിഹിതമപി ഹിതവചനം ന ശൃണുഥ.... (ഹിത)

രംഗം പതിനൊന്ന്

കുണ്ഡിനപുരം

(കുണ്ഡിനപുരിയിലെത്തിയ രാക്ഷസദാനവന്മാർ ദേവകിന്നര നാഗൻമാരോട് കന്യകയുടെ ഉടമാവകാശം പറഞ്ഞുകൊണ്ടുള്ള സംഭാഷണം പതിനൊന്നാം രംഗത്തിൽ)

ശ്ലോകം 24

സാരം : രാക്ഷസദാനവവീരന്മാർ ത്രുക്ഷമായ ശബ്ദങ്ങൾ ഉണ്ടാക്കിയും ഘോഷവിളികൾ കേൾപ്പിച്ചും പോയിട്ട് കുണ്ഡിനപുരത്തിൽ തിങ്ങിനിറഞ്ഞിരുന്ന ദേവകിന്നര നാഗന്മാരോട് പറഞ്ഞു.

ത്രുക്ഷരവാഘോഷഭീഷണം : ക്രൂരമായ ശബ്ദത്തോടുകൂടിയുള്ള വിളികൾകൊണ്ട് ഭയങ്കരമാകും വണ്ണം, ഗത്വ: പോയിട്ട്, പരിമിളിതാൻ : കൂട്ടം കൂടിയിരിക്കുന്ന, പന്നഗം : നാഗം, അവദൻ : പറഞ്ഞു.

വൃത്തം : ആര്യ

രാക്ഷസന്മാരും ദാനവന്മാരും

പദം 29, പല്ലവി.

നിങ്ങളുടെ ആഗ്രഹം ശത്രുക്കളെ ഹിതമല്ല.

ഹിതം: നല്ലത്, അഹിതൻമാർ : എതിരാളികൾ, യുഷ്മദീഹിതം : നിങ്ങളുടെ ആഗ്രഹം,

അനുപല്ലവി.

ആകാശം നിറഞ്ഞിരിക്കുന്നു. ഭൂതലം മറഞ്ഞിരിക്കുന്നു. ഹിതമെങ്കിലും പറയപ്പെട്ട നല്ല വാക്കുകളെ നിങ്ങൾ കേൾക്കുന്നില്ല.

(നിങ്ങളൊക്കെ എന്തിനാണ് ആകാശവും ഭൂമിയും നിറഞ്ഞുവന്നിരിക്കുന്നതെന്നും, കന്യകയെ നിങ്ങൾക്കാർക്കും കിട്ടാൻ പോകുന്നില്ല എന്നും, പൊയ്ക്കൊള്ളുക എന്നും സാരം)

വിതതം : നിറഞ്ഞിരിക്കുന്നു, ക്ഷിതിതലം : ഭൂതലം, അവിഹിതം: മറഞ്ഞിരിക്കുന്നു, അഭിഹിതം : പറയപ്പെട്ട, ഹിതം അപി : ഹിതമെങ്കിലും, ഹിതവചനം : ഹിതകരമായ വാക്കുകൾ, ന ശൃണുഥ : നിങ്ങൾ കേൾക്കുന്നില്ല.

* *ഇപ്പോൾ പറയപ്പെട്ട നല്ലവാക്കുകളെ നിങ്ങൾ ചെവിക്കൊള്ളുന്നില്ല എന്നും വ്യാഖ്യാനിക്കാം.*

ചരണം 1

സ്ഥാനങ്ങളിലെല്ലാം മാന്യസ്ഥാനം മാനികളായ
ദാനവരാക്ഷസന്മാർക്കു നൂനം ബ്രഹ്മനിർമ്മിതം
നമ്മുടെ നാടിപ്രപഞ്ചം നിർമ്മര്യാദികളേ നിങ്ങൾ
നമ്മുടെ മതമറിഞ്ഞു നമ്മെസ്സേവിച്ചിരിക്കേണം

(ഹിത)

ചരണം 2

ദാരസുഖം പോരായെന്നു ഞങ്ങൾ ലോകസാമ്രാജ്യ-
സാരത്തിലുണർത്തി, രസഭംഗമതു കേട്ടപ്പോൾ
ധാതാവരുൾചെയ്തു, ബഹുപ്രീതിയിൽ ഞങ്ങൾക്കുവേണ്ടി
ചൂതശരദേവതയെ ഭൂതലേ സൃഷ്ടിപ്പനെന്ന് (ഹിത)

ചരണം 3

ഈശ്വരമതങ്ങളാരറിഞ്ഞു? നിങ്ങളെന്തോർത്തു?
കാഴ്ചകാണ്മാനിരുന്നു, തെളിഞ്ഞു ദൂരത്തു നില്പിൻ
ഇച്ചപലതകൾ കണ്ടാലീർഷ്യയുണ്ടാം ഞങ്ങൾക്കേറ്റം
തീർച്ച ചൊല്ലാം നിങ്ങൾക്കാർക്കും വേഴ്ച വേണ്ടാ
കന്യകയിൽ.....(ഹിത)

ചരണം 1

ഈ പ്രപഞ്ചമാണ് നമ്മളുടെ നാട്. അവിടെ സ്ഥാനങ്ങളിലെല്ലാം വെച്ച് മാന്യമായ സ്ഥാനം ദാനവർക്കും രാക്ഷസന്മാർക്കുമാണ്. മര്യാദകെട്ട മനുഷ്യരേ! നിങ്ങൾ ഞങ്ങളുടെ ഇംഗീതമറിഞ്ഞ് ഞങ്ങളെ സേവിച്ചിരിക്കുകയാണ് വേണ്ടത്,

നൂനം : തീർച്ചയായും, നിർമ്മര്യാദകൾ : മര്യാദകെട്ടവർ, മതം : ഇംഗീതം.

ബ്രഹ്മസൃഷ്ടമായ പ്രപഞ്ചത്തിൽ ശ്രേഷ്ഠസ്ഥാനം തങ്ങൾക്കാണെന്ന് രാക്ഷസന്മാരും അസുരന്മാരും.

ചരണം. 2

ലോകസമ്രാട്ടായ ബ്രഹ്മദേവന്റെ സഭ മുൻപാകെ ഞങ്ങൾ കളത്രസുഖക്കുറവിനെ പറ്റി സങ്കടം പറഞ്ഞു. അതുകേട്ടപ്പോൾ നിവൃത്തിക്കായി കാമദേവതയെ തന്നെ ഞങ്ങൾക്കുവേണ്ടി ഭൂമിയിൽ സൃഷ്ടിക്കാം എന്ന് ബ്രഹ്മാവ് അരുൾ ചെയ്യുകയുണ്ടായി.

ദാരസുഖം : ഭാര്യാസുഖം, സാമ്രാജ്യസാരത്തിൽ : സാമ്രാജ്യസന്നിധിയിൽ, രസഭംഗം : രസക്കേട്, ധാതാവ് : ബ്രഹ്മാവ്, ചൂതശരദേവത : കാമദേവത, ഭൂതലേ : ഭൂമിയിൽ.

അങ്ങനെയുള്ള കന്യകയിൽ ഞങ്ങൾക്കുതന്നെ അവകാശം എന്ന് അസുരന്മാരും രാക്ഷസന്മാരും.

ചരണം 3

ഈശ്വരനിശ്ചയമെന്തെന്നറിഞ്ഞുകൂടാ. നിങ്ങളെന്തോർത്താണ് ഇവിടെ വന്നത്? കാഴ്ച കാണ്മാനെങ്കിൽ അകലത്തുമാറി ഇതെല്ലാം വീക്ഷിച്ചോളൂ. നിങ്ങളുടെ ചാപല്യങ്ങൾ കണ്ടാൽ ഞങ്ങൾക്ക് അധികം ഈർഷ്യയുണ്ടാവും, വെറുതെ നിങ്ങളാരും കന്യകയെ മോഹിക്കേണ്ട എന്ന് ഞങ്ങൾ തീർച്ച പറയാം.

മതം : ഇഷ്ടം (നിശ്ചയം), ഈർഷ്യ: കോപം, ഏറ്റം : അധികം, തീർച്ച : ഉറപ്പ്, വേഴ്ച : സ്നേഹം (വിവാഹബന്ധം)

* *രാക്ഷസന്മാരെയും ദാനവന്മാരെയും രംഗത്തവതരിപ്പിച്ച് അവർ തമ്മിൽ ആത്മപ്രശംസാപരമായ സംവാദങ്ങൾ നടത്തിക്കുന്നത് ഉണ്ണായിവാര്യരുടെ ഭാവനാസൃഷ്ടിയാണ്. കഥകളി അരങ്ങു കൊഴിപ്പിക്കുന്നതിനുള്ള ഇടപെടൽ ആയി ഇതിനെ കരുതാവുന്നതാണ്.*

രംഗം പന്ത്രണ്ട്

കുണ്ഡിനരാജധാനി

ഭൈരവി – ചെമ്പട

ശ്ലോകം 25

'മദ്ഭാര്യേയം' 'മമ ഹി മഹിഷീയം'
'മമൈവ പ്രിയേയം'
'യൂയം മൂഢ' ഇതി കൃതമിഥോ രോഷ-
പോഷൈഃ സഘോഷൈഃ
വ്യാപ്തേ ദേവാസുരഫണിനരൈഃ
കുണ്ഡിനേഭീതി മുഹ്യദ്-
ഭീമാരാദ്ധപ്രമുദിതഹരിപ്രേരിതാ
വാണ്യഭാണീൽ

സരസ്വതി

പദം 30 പല്ലവി

ഭീമ! കാശ്യപീരമണ! മാ മാ ഭവാനയതു ഖേദം

രംഗം 12

കുണ്ഡിനാരാജധാനി

(വിഷ്ണുവിന്റെ നിർദ്ദേശത്താൽ സ്വയംവരത്തിനുവന്ന രാജാക്കന്മാരെ ദമയന്തിക്ക് പരിചയപ്പെടുത്തികൊടുക്കാൻ വന്ന സരസ്വതിയും ഭീമരാജാവും തമ്മിലുള്ള സംഭാഷണം 12-ാം രംഗത്തിൽ)

ശ്ലോകം 25

സാരം: ഇവൾ എന്റെ ഭാര്യയാകുന്നു, ഇവൾ എന്റെ മഹിഷിയാണ്. ഇവളെന്റെ പ്രിയതമാണ്. നിങ്ങൾ മൂഢൻമാരാണ്-എന്നിങ്ങനെ അന്യോന്യം കോപത്തെ പോഷിപ്പിച്ചവരും, ലഹള കൂട്ടുന്നവരും ആയിരിക്കുന്ന ദേവാസുരനാഗമാനുഷരാൽ കുണ്ഡിനം വ്യാപരിക്കപ്പെട്ടതായപ്പോൾ, ഭയംകൊണ്ട് മോഹിതനായ ഭീമനാൽ ആരാധിക്കപ്പെട്ടു സന്തുഷ്ടനായ വിഷ്ണുവിനാൽ പ്രേരിതമായി സരസ്വതി പറഞ്ഞു.

മദ് : എന്റെ, ഇയം: ഇവൾ, മഹിഷി : പട്ടമഹിഷി, യൂയം : നിങ്ങൾ, മൂഢഃ : മൂഢന്മാരാണ്, ഇതി : ഇപ്രകാരം, കൃതമിഥോ... സഘോഷൈഃ : കോപത്തെ പോഷിപ്പിച്ചവരും, ദേവാസുരനാഗമർത്ത്യൻമാരാൽ, ഭീതി മുഹ്യദ്... ഹരിപ്രേരിത : ഭയംകൊണ്ടു മോഹിതനായ ഭീമനാൽ ആരാധിക്കപ്പെട്ടു സന്തുഷ്ടനായ വിഷ്ണുവിനാൽ പ്രേരിതമായി, വാണി : സരസ്വതി, അഭാണീൽ : പറഞ്ഞു. ഹരി : വിഷ്ണു. വൃത്തം : മന്ദാക്രാന്ത.

* *മകൾക്കുവേണ്ടി കലഹിക്കുന്ന ദേവാസുരനാഗമർത്ത്യന്മാർക്കിടയിലേക്ക് ഭീമന്റെ സങ്കടത്തെ ഇല്ലാതാക്കാൻ സരസ്വതി പ്രത്യക്ഷപ്പെടുന്നു.*

സരസ്വതി.

പദം 10 പല്ലവി.

അല്ലയോ ഭീമ രാജാവേ! അങ്ങ് ഖേദത്തെ പ്രാപിക്കരുത്.

കാശ്യപീരമണൻ : രാജാവ്, മാ : അരുത്, മാ ഭവാൻ ഖേദം അയതു : അങ്ങ് ഖേദത്തെ പ്രാപിക്കരുത്.

അനുപല്ലവി

മാമധുനാ മധുവൈരിഭഗവാനരുളി നിൻ-
പുത്രിയാം ദമയന്തിയെ ബോധയിതുമു-
പേതാൻ പുരുഷാനശേഷാൻ സുവേഷാൻ (ഭീമ)

ചരണം 1

ചൂതസായകനു ലോകഭേദവും ദ്വീപഭേദവുമതുണ്ടോ?
ഭൂതലത്തിലുള്ളവരെല്ലാവരുമിവിടെയുപഗമിതരായുൾ-
പ്രീതിയൊടു നാകത്തിൽ വസിപ്പവരൊക്കവേ ഇവിടെ വന്നു:
ആദരാതിശയമുൾക്കൊണ്ടസുരന്മാരും ഫണിവരരുമെല്ലാം
മോദമോടിവിടെ വന്നു മൂവലകിലുമുള്ളവരെല്ലാവരും....
(ഭീമ)

ചരണം 2

ഇന്നു കേളിവിടെ വന്ന പരിഷയു-
ടെയന്വയം ഗുണവുമെല്ലാം
എന്നുടേ മനസി തോന്നുമെന്നിഹ-
മുകുന്ദനേകി വരവും മേ-
നിന്നുടേ തനയ തന്നുടെ സഖിയെ-
ന്നെന്നെ നീയറിക രാജൻ!

അനുപല്ലവി.

സുവേഷരായ എല്ലാ പുരുഷൻമാരെയും കുറിച്ച് നിന്റെ പുത്രിയായ ദമയന്തിയോട് പറഞ്ഞറിയിക്കുന്നതിന് എന്നോട് വിഷ്ണുഭഗവാൻ ഇപ്പോൾ പറഞ്ഞു.

മാം :എന്നോട്, അധുനാ : ഇപ്പോൾ, മധുവൈരി : വിഷ്ണു. ബോധയിതും : പറഞ്ഞറിയിക്കുന്നതിന്, ഉപേതാൻ : ഉപവിഷ്ടരായിരിക്കുന്ന, പുരുഷാനശേഷാൻ : എല്ലാ പുരുഷന്മാരെയും, സുവേഷാൽ : നല്ല വേഷത്തോടുകൂടി.

* *ദമയന്തിയോട് സുവേഷരായ എല്ലാ മനുഷ്യരേയും പറ്റി പറഞ്ഞറിയിക്കാൻ വിഷ്ണു നിയോഗിച്ചതാണ് തന്നെ എന്ന് സരസ്വതി.*

ചരണം

മന്മഥന് ലോകഭേദവും ദ്വീപഭേദവും ഇല്ല (മന്മഥൻ എല്ലാ ലോകത്തിലും ദ്വീപിലുമുള്ളവരെയെല്ലാം ഒരുപോലെ ബാധിക്കും എന്ന് സാരം) അതുകൊണ്ട് നാനാ ലോകവാസികളും ഇവിടെ വന്നിരിക്കുന്നു.

ചൂതസായകൻ : കാമദേവൻ, ലോകഭേദം: സ്വർഗ്ഗം, ഭൂമി, പാതാളം എന്നുള്ള ഭേദം, ദ്വീപഭേദം : ദ്വീപുകൾ തമ്മിലുള്ള ഭേദം(ജംബു ദ്വീപ്, പുഷ്കരദ്വീപ്, ശാകദ്വീപ് എന്നിങ്ങനെ), ഭൂതലം: ഭൂമി, ഉപഗമിതർ : ആഗമിച്ചവർ, ഉൾപ്രീതിയോടെ : കൊതിയോടെ, നാകം: സ്വർഗ്ഗം, ആദരാതിശയം : ആദര അതിശയവികാരങ്ങളോടെ (അഹങ്കാരത്തോടെ) ഫണിവരർ : നാഗശ്രേഷ്ഠർ, മോദം: സന്തോഷം.

ചരണം 2

ഇന്ന് ഇവിടെ വന്ന കൂട്ടരുടെ വംശമഹിമ, ഗുണങ്ങൾ, എല്ലാം എന്റെ മനസ്സിൽ യഥാസമയം തോന്നിക്കൊള്ളും എന്ന് മുകുന്ദൻ എനിക്ക് വരമേകിയിട്ടുണ്ട്. രാജാവേ! നിന്റെ പുത്രിയുടെ സഖിയായി എന്നെ അറിയുക. സദസ്സിൽ കാര്യങ്ങൾ വർണ്ണിക്കുന്നതിൽ മറ്റൊരാൾ എന്നോട് തുല്യമാകുമോ എന്ന കാര്യത്തിൽ ശങ്ക വേണ്ട. യാതൊന്നിനും ഇന്ന് ഒരു തടസ്സവുമില്ല. അങ്ങയുടെ മാന്ദ്യം വെറുതെയാണ്.

പരിഷ : കൂട്ടം(കൂട്ടർ) അന്വയം : വംശപരമ്പര, മുകുന്ദൻ : വിഷ്ണു, ഏകി : തന്നു, മേ : എനിക്ക്, തനയ : പുത്രി, സദസി വർണ്ണനേ: സഭയിൽ വർണ്ണനം ചെയ്യുന്നതിന്, ശങ്ക : സംശയം. ദണ്ഡം : പ്രയാസം (തടസ്സം) വൃഥാ : വെറുതെ, മാന്ദ്യം : ദുഃഖം, നേരിടുമന്യനെന്ന്: മറ്റൊരാൾ തുല്യനാകുമെന്ന്.

* *വന്നിരിക്കുന്നവരുടെ കാര്യങ്ങൾ സഭയിൽ വർണ്ണനം ചെയ്യുന്നതിൽ വെറുതെ മടിച്ചിരിക്കേണ്ട എന്ന് സരസ്വതി.*

വർണ്ണനേ സദസിയെന്നൊട്ടു നേരിട്ടു-
മന്യനെന്നരുതു ശങ്കാ,
ദണ്ഡമേതുമില്ലൊന്നിനുമിന്നിഹ
മന്നവർമൗലേ! വൃഥാ മാന്ദ്യം... (ഭീമ)

ചരണം 3

തുംഗഭാഗ്യവിളനിലമേ! മങ്ങരുതെങ്ങു
നിൻ മകളുദാരാ! മംഗലാംഗനകൾ, ധാത്രികൾ, വേത്രികൾ
കിങ്കരാവലിയുമെങ്ങു?
മംഗലാപ്ലവനമംഗ! വൈകരുതു
സംഗതം ഖലു മുഹൂർത്തം
കുങ്കുമാദികൾ ദുകൂലമാഭരണമിങ്ങു
സർവ്വമുപനേയം
ശംഖമദ്ദളമൃദംഗാദികളും ശീഘ്രമാനയിക്ക
ശിബികയുമിവിടെ..... (ഭീമ)

ചരണം 3

ഭാഗ്യശാലിയായ രാജാവേ! അങ്ങ് വിഷമിക്കരുത്. ശ്രേഷ്ഠയായ അങ്ങയുടെ മകൾക്കു വേണ്ടി വിവാഹ ഒരുക്കങ്ങൾ നടത്തുക. സുമംഗലികളായ സ്ത്രീകളും, വളർത്തമ്മമാരും, ഹരിക്കാരൻമാരും(രാജാവിൽ നിന്ന് അധികാരം കിട്ടിയവർ) ഭൃത്യസമൂഹവും എവിടെ? വിവാഹമുഹൂർത്തം അടുത്തിരിക്കുന്നു. വിവാഹംഗമായ മംഗലസ്നാനം വൈകിയ്ക്കരുത്. കുങ്കുമാദികളും വെൺപട്ടും ആഭരണങ്ങളും, ശംഖമദ്ദള മൃദംഗാദികളും പല്ലക്കും പെട്ടെന്ന് തന്നെ ഇങ്ങോട്ട് ആനയിക്കുക.

തുംഗം : ഉയർന്ന, മങ്ങരുത്: ദുഃഖിക്കരുത്, ഉദാര : ശ്രേഷ്ഠ, മംഗലാംഗനകൾ : സുമംഗലികൾ, ധാത്രി: വളർത്തമ്മ, വേത്രി : ഹരിക്കാരന്മാർ (കാവല്ക്കാർ എന്നും അർത്ഥം) കിങ്കരൻ : ഭൃത്യർ, ആവലി: കൂട്ടം, മംഗലാപ്ലവനം: വിവാഹാംഗമായ സ്നാനം, സംഗതം മുഹൂർത്തം ഖലു : മുഹൂർത്തസമയമായല്ലോ, ആദി : മുതലായവ, ദുകലം: വെൺപട്ട്, ഉപനേയം: കൊണ്ടുവരപ്പെടേണ്ടത്, ശീഘ്രം : വേഗത്തിൽ, ശിബിക : പല്ലക്ക്.

* *വിവാഹത്തിന് വധുവിനെ കുളിപ്പിച്ച് അണിയിച്ചൊരുക്കേണ്ടത് സുമഗംലികൾ തന്നെ ആയിരിക്കണം എന്ന് ആചാരം.*

* *വാദ്യഘോഷവും പല്ലക്കുമായി കന്യകയെ സ്വയംവരപന്തലിലേക്ക് ഉപനയിച്ചാലും എന്ന് സരസ്വതി.*

സാവേരി – ചെമ്പട

ഭീമൻ

പദം 31. പല്ലവി.

തീർന്നു സങ്കടം, സാമ്പ്രതം വന്നു
ചേർന്നു മംഗലം പൂർണ്ണമായ്

അനുപല്ലവി

പുണ്യപുമാനിന്നു ഞാനെന്നു തെളിഞ്ഞു മന്യേ
(തീർന്നു)

ചരണം 1

ഏതൊരു കാര്യത്തിനും വേണം പൂമകൾകാന്തൻ
പാദകമലയുഗധ്യാനം; എന്നാലൊഴിയും
ബാധകളുണ്ടാകിലും നൂനം, ചിന്തിതമെല്ലാം
സാധിക്കും; തീരുമവമാനം: വരുമഭിമാനം
(തീർന്നു)

ചരണം 2

താർത്തരുണീരമണൻ തന്റെ ആജ്ഞാകാരിണീ
ആർത്തിഹാരിണീ! ദേവി! നിന്റെ കുങ്കുമശോണം
കാൽത്തളിരിണ പണിയുന്നേൻ: വർണ്ണയ ജന-
സാർത്ഥഗുണഗണം; ഞാൻ നിന്നെ വിശ്വസിക്കുന്നേൻ...
(തീർന്നു)

ഭീമൻ.

പദം 31 പല്ലവി.

സങ്കടങ്ങൾ തീർന്നു. ഇപ്പോൽ മാംഗല്യം അതിന്റെ പൂർണ്ണതയിൽ വന്നുചേർന്നിരിക്കുന്നു.

സാമ്പ്രതം : ഇപ്പോൾ, മംഗലം : വിവാഹം.

അനുപല്ലവി

ഞാനിന്ന് പുണ്യംചെയ്തവനെന്ന് മനസ്സിൽ വിചാരിയ്ക്കുന്നു.

പുമാൻ : മനുഷ്യൻ. മന്യേ : മനസ്സിൽ

ചരണം 1

ഏതു കാര്യത്തിനും മഹാവിഷ്ണുവിന്റെ പാദകമലങ്ങളെ ധ്യാനിക്കേണ്ടതുണ്ട്. എന്നാൽ വിഘ്നങ്ങൾ ഒഴിയുകയും, ആഗ്രഹങ്ങൾ സാധിക്കുകയും, അപമാനം തീരുകയും അഭിമാനം ഉണ്ടാവുകയും ചെയ്യും.

പൂമകൾ കാന്തൻ : വിഷ്ണു (ലക്ഷ്മീദേവിയുടെ ഭർത്താവ്), പാദകമലം : പാദമാകുന്ന താമര. യുഗം : രണ്ട്, ബാധ : തടസ്സം, നൂനം : തീർച്ചയായും, ചിന്തിതം : ആഗ്രഹം, അവമാനം : മാനക്കേട്.

ചരണം 2

വിഷ്ണുവിന്റെ ആജ്ഞപ്രകാരം വന്നവളും എന്റെ ദുഃഖങ്ങളെ കളയുന്നതുമായ ദേവീ! നിന്റെ കുങ്കുമം പോലെ ചുവന്നിരിക്കുന്ന കാൽത്തളിരിണകളെ ഞാൻ വന്ദിക്കുന്നു. ജനസമൂഹത്തിന്റെ ഗുണഗണങ്ങളെ നീ വർണ്ണിച്ചാലും, നിന്നെ ഞാൻ വിശ്വസിക്കുന്നു. താർത്തരുണി : മഹാലക്ഷ്മി, രമണൻ : ഭർത്താവ്, ആജ്ഞാകാരിണി : ആജ്ഞാനുവർത്തി, ആർത്തിഹാരിണി : ദുഃഖത്തെ ശമിപ്പിക്കുന്നവൾ, കുങ്കുമശോണം, കുങ്കുമം പോലെ ചുവന്ന, പണിയുന്നേൽ:വന്ദിക്കുന്നേൻ, വർണ്ണയ : വർണ്ണിച്ചാലും, ജനസാർത്ഥം : ജനക്കൂട്ടം. ഗണം : കൂട്ടം.

ചരണം 3

ബാലേ! തനയേ! ദമയന്തീ! ഹന്ത നിനക്കൊ
രാളിയിതല്ലോ വന്നു കാൺക; വന്നിരിക്കുന്ന
മാലോകരെ അറിഞ്ഞു ചൊന്നാൽ വേണ്ടുന്നവരെ
മാലയിട്ടു വരിക്ക നന്നായ് മാൽ തീരുമെന്നാൽ...
(തീർന്നു)

ചരണം 3

പുത്രി ദമയന്തി, നിനക്ക് ഒരു തോഴി വന്നത് കാണുക, ഇവൾ വന്നിരിക്കുന്ന ലോകരെപ്പറ്റി നിന്നോട് അറിഞ്ഞു പറയും. അപ്പോൾ വേണ്ടവനെ നീ മാലയിട്ട് സ്വീകരിച്ചാൽ നിന്റെ ദുഃഖവും തീരും.

ആളി : തോഴി, വേണ്ടുന്നവരെ: അനുരൂപനെ, മാൽ : ദുഃഖം

* *ഈ പദത്തിൽ ഒന്നാം ചരണം ഭീമൻ തനിയെ പറയുന്നതും, രണ്ടാം ചരണം സരസ്വതിയോടു പറയുന്നതും, മൂന്നാം ചരണം ദമയന്തിയോട് പറയുന്നതും ആകുന്നു.*

രംഗം പതിമൂന്ന്:
സ്വയംവരമണ്ഡപം

തോടി – ചെമ്പട

ശ്ലോകം 26

താതവാഗ്ഭിരിതി ജാതമോദഭര
മാതൃചോദിതവധൂജനൈഃ
സ്ഫീതവാദ്യരവമേദുരാരചിത
കൗതുകാപ്ലവമനോഹരാ!
നൂതനാംശുകനിവീതമൂർത്തിരഥ
ജാതരൂപശിബികാ സ്ഥിതാ-
സാതിലോലയുവയൂഥഗാ, വചന
നാഥയാ കഥി നൃപാത്മജാ

രംഗം 13

സ്വയവരമണ്ഡപം

(സ്വയംവരത്തിനു വന്ന രാജാക്കന്മാരെ അവരുടെ യോഗ്യതാക്രമത്തിൽ സരസ്വതി പരിചയപ്പെടുത്തുന്നതും അഞ്ചു നളൻമാരെ കണ്ട ദമയന്തിയുടെ വിവശതയും, ദമയന്തി ചിന്തയാൽ ദേവന്മാർ സ്വരൂപം കൈവരിക്കുന്നതും, ദമയന്തി യഥാർത്ഥ നളനെ വരിക്കുന്നതും. വിവാഹാനന്തരം ദേവന്മാരുടെയും വരദാനങ്ങളും സ്വയംവരമണ്ഡപം കേന്ദ്രമാക്കുന്ന 13-ാം രംഗത്തിൽ)

ശ്ലോകം 26

സാരം : അനന്തരം സന്തോഷം നിറഞ്ഞ മാതാവിനാൽ പ്രേരിപ്പിയ്ക്കപ്പെട്ട വധൂജനങ്ങളാൽ വർദ്ധിച്ച വാദ്യമുഴക്കങ്ങളോടെ മംഗലസ്നാനം കൊണ്ടു മനോഹരിയായി, പുതുവസ്ത്രം കൊണ്ട് മറയ്ക്കപ്പെട്ട ശരീരമുള്ളവളായി, സ്വർണ്ണ പല്ലക്കിൽ ഇരിക്കുന്നവളായി, അത്യധികം യുവാക്കന്മാരുടെ കൂട്ടത്തെ പ്രാപിച്ച ആ രാജകുമാരി ഇങ്ങനെയുള്ള താതവചനം ഹേതുവായിട്ട് വാഗ് ദേവിയാൽ കഥിക്കപ്പെട്ടു.

അന്വയം.

അഥ ജാതമോദഭര മാതൃചോദിത വധൂജനൈഃ സ്ഫീത വാദ്യരവ മേദുരാരചിത കൗതുകാപ്ലവമനോഹരാ! നൂതനാംശുകനിവീതമൂർത്തി, ജാതരൂപശിബികാസ്ഥിതാ അതിലോലയുവയൂഥഗാ, സാ നൃപാത്മജാ, ഇതി താതവാഗ്ഭി വചന നാഥയാ അകഥി.

താതവാഗ്ഭി : താതവചനം ഹേതുവായിട്ട്, ഇതി: ഇപ്രകാരമുള്ള, ജാതമോദഭരം: വർദ്ധിച്ച സന്തോഷത്തോടെ, ചോദിതം : പ്രേരിപ്പിക്കപ്പെട്ട, വധൂജനൈഃ സ്ത്രീകളാൽ, സ്ഫീതവിദ്യ... മനോഹരാ! വളരെ വാദ്യഘോഷത്തോടുകൂടെ ചെയ്യപ്പെട്ടിരിക്കുന്ന മംഗലസ്നാനത്താൽ മനോഹരയായി, നൂതനാം... മൂർത്തി: കോടിവസ്ത്രം ഉടത്തുവളായി, അഥ : അനന്തരം, ജാത... സ്ഥിതാ : പൊൻപല്ലക്കിൽ ഇരിക്കുന്നവളായി. സാ : ആ രാജപുത്രി, അതിലോല... യൂഥഗാ : അതിചപലന്മാരിയിരിക്കുന്ന യുവാക്കന്മാരുടെ കൂട്ടത്തെ പ്രാപിച്ചവളായിരിക്കുന്ന, വചനനാഥയാ: സരസ്വതിയാൽ, അകഥി : കഥിക്കപ്പെട്ടു. നൃപാത്മജാ : രാജപുത്രി (ദമയന്തി)

വൃത്തം : കുസുമമഞ്ജരി

* *താതവചനം എന്നത് സരസ്വതിയോട് ഭീമൻ മുൻപദത്തിൽ പറഞ്ഞ വസ്തുതകൾ.*

സരസ്വതി

പദം 32. പല്ലവി

ബാലേ സൽഗുണലോലേ! മംഗല-
ശീലശാലിനി! കേൾ നീ. (ബാലേ)

ചരണം 1

സമസ്തജനകൃതയശസ്തവം ഏക-
മമർത്ത്യപരിഷയിൽ വരിക്ക നീ, അല്ലെ-
ന്നിരിക്കിലസുരരുണ്ടിരിക്കുന്നു, ലോക-
മമർത്തു സുഖിക്കുന്ന സമർത്ഥരായ്
പന്നഗവരരിതല്ലോ ചാരണകിന്നരവരരുമിതാ, യദി തവ
ചൊന്നതിൽ നഹി കുതുകം, കാൺക നീ മന്നവർ പരിഷകളെ
ഇവൻ കേൾ പുഷ്കരദ്വീപാധിപൻ
ഇവനല്ലോ ശാകദ്വീപ നായകൻ
ക്രൗഞ്ചദ്വീപേശ്വരനോ വാഞ്ഛിതൻ? ഭജിക്ക നീ
കുശദ്വീപനാഥനെ, കണ്ടാലുമെടോ
ശാല്മലദ്വീപാധീശം നിർമ്മലസുപ്രകാശം
പ്രേക്ഷിതനായോ നിന്നാൽ പ്ലക്ഷമഹാദ്വീപേന്ദ്രൻ?
നിർമ്മൂലം വന്നിരിക്കുന്ന ജംബുദ്വീപഭൂപന്മാരിൽ
കണ്മുനയങ്ങയയ്ക്ക നീ കമ്രമുഖി ദമയന്തി... (ബാലേ)

പദം 32 പല്ലവി.

സൽഗുണലോലയും മംഗലശീലശാലിനിയുമായ ബാലികേ നീ കേൾക്കുക.

സൽഗുണലോല : നല്ലഗുണങ്ങളിൽ ആഗ്രഹമുള്ളവൾ, മംഗളശീലശാലിനി : സദ്ഗുണങ്ങളിൽ ശോഭിക്കുന്നവൾ.

അനുപല്ലവി.

ചന്ദ്രമുഖിയായ ദമയന്തി, നീ മാലകൊണ്ട് ഒരുവനെ വരിക്കുക.

പ്രാലേയരുചി : ഹിമകിരണൻ(ചന്ദ്രൻ) വരിക്കുക, സ്വീകരിക്കുക.

ചരണം 1

എല്ലാ ജനങ്ങളാലും സ്തുതിക്കപ്പെട്ട് യശസ്സോടുകൂടിയവനായ ഒരുവനെ ദേവന്മാരിൽ നിന്ന് നീ വരിക്കുക. അല്ലെങ്കിൽ ലോകമാകെ ജയിച്ച് സുഖിക്കുന്ന സമർത്ഥരായ അസുരർ ഇരിക്കുന്നു. ഇവരെ സ്വീകരിക്കുക. നാഗശ്രേഷ്ഠന്മാരെയും ദേവജാതികളിൽപ്പെട്ട ചാരണകിന്നരൻമാരെയും കാണുക. ഇപ്പറഞ്ഞവരാരിലും നിനക്ക് കൗതുകമില്ലെങ്കിൽ നീ മനുഷ്യരാജാക്കന്മാരെ കാണുക. ശാകദ്വീപനായകൻ ഇതാ ഇരിക്കുന്നു. ക്രൗഞ്ചദ്വീപേശ്വരനിലാണോ നിന്റെ ആഗ്രഹം, കുശദ്വീപനാഥനെയും, ശാല്മലദ്വീപനാഥനെയും കാണുകയും ഓർക്കുകയും ചെയ്യുക. പ്ലക്ഷമമഹാദ്വീപേന്ദ്രനെ നീ കണ്ടോ. സുന്ദരിയായ ദമയന്തി, നീ മൂലം വന്നിരിക്കുന്ന ജംബുദ്വീപ രാജാക്കൻമാരിൽ നീ കണ്മുന അയയ്ക്കുക.

സമ... സ്തവം : എല്ലാ ജനങ്ങളാലും സ്തുതിക്കപ്പെട്ട് യശസ്സോടുകൂടിയവനായ, ഏകം :ഒരുവനെ, അമർത്ത്യപരിക്ഷ : ദേവസമൂഹം, വരിക്ക : സ്വീകരിക്കുക, യദി തവ ചൊന്നതിൽ കൗതുകം നഹി : ഇപ്പറഞ്ഞവരാരിലും നിനക്ക് കൗതുകമില്ലെങ്കിൽ, വാഞ്ഛിതൻ : ഇഷ്ടമുള്ളവൻ, ഭജിക്ക : സ്മരിക്കുക, ഭൂപൻ : രാജാവ്, പ്രേക്ഷിതൻ : കാണപ്പെട്ടവൻ, കമ്രം : മനോഹരം, മന്നവർ : മനുഷ്യർ.

- *യോഗ്യതമുറയ്ക്ക് സരസ്വതി പരിചയപ്പെടുത്തുന്നു. ദേവന്മാർ, അസുരന്മാർ, നാഗത്താന്മാർ, ചാരണകിന്നവർ-അതിനുശേഷം മനുഷ്യരിൽ പുഷ്കരം, ശാകം, ക്രൗഞ്ചം, കുശം, ശാൽമലി, പ്ലക്ഷ, ജംബു എന്ന് തെക്കുനിന്ന് വടക്കോട്ട്.*
- *ഭൂതലത്തെ മേൽപറഞ്ഞ ദ്വീപുകളായി തിരിച്ച പുരാണസങ്കല്പം.*
- *വിദൂര സ്ഥലങ്ങളിൽ നിന്നു വന്നുചേർന്ന രാജാക്കന്മാരെയെല്ലാം ഒന്നു വീക്ഷിക്കാൻ സരസ്വതി ക്ഷണിക്കുന്നു.*

ചരണം 2

അനന്തഗുണനിധിപരന്തപൻ ഇവ-
നവന്തിജനപദപുരന്ദരൻ, നിന-
ക്കിവങ്കലഭിരുചിലവം ന ചേൽ, പുന-
രിമം കലിംഗനെ വരിക്ക നീ
കാശീനൃപമഥവാ സുമശരദേശീയം വപുഷാ കുടിലസു-
കേശീകുലകലികേ! ശാരദരാജീവാഭമുഖീ!
ഇവനല്ലോ ദിനകരകുലോദ്വഹൻ
ഋതുപർണ്ണനെന്നു ലോകവിശ്രുതൻ
ഗൗഡനൃപതിയിവൻ വീര്യവാൻ ഇവനല്ലോ
ലാടധരണീശ്വരൻ കന്ദർപ്പനിഭൻ
പാണ്ഡ്യക്ഷിതിപൻ വീരൻ, ചോളവിനേതാ ശൂരൻ-
ഭീഷിത വൈരിസാരൻ നൈഷധനല്ലോ സോയം
ഇന്ദ്രനഗ്നിയമൻ പാശിയെന്നു നാലരിതാ നളൻ
തന്നരുകിൽ മരുവുന്നു സുന്ദരി തൽസ്വരൂപന്മാർ
(ബാലേ...)

ഭൈമി

ചരണം 3

ഹരിത്പ്രഭുക്കളെയൊരിക്കലും അസത്:
കരിച്ചതില്ലഹം കിനാവിലും, എന്ന-
ങ്ങിരിക്കവേ പുനരിവർക്കഹോ നമ്മെ-

ചരണം 2

അനവധി ഗുണങ്ങൾക്കിരിപ്പിടമായ അവന്തിരാജാവ് ഇവനാണ്. നിനക്ക് ഇവനിൽ അല്പമെങ്കിലും താത്പര്യമില്ലെങ്കിൽ പിന്നെ ഈ കലിംഗരാജാവിനെ വരിക്കാം. കാമതുല്യനായ കാശി രാജാവിതാ. സൂര്യകുലത്തെ ഉയർത്തിയ ലോക വിശ്രുതനായ ഋതുപർണ്ണനാണിത്. വീര്യവാനായ ഗൗഢരാജാവും, കാമതുല്യനായ ലാടരാജാവും, വീരശൂരൻമാരായ പാണ്ഡ്യചോള രാജാക്കൻമാരും ഇതാ. ശത്രുക്കളെ ഭീതിപ്പെടുത്തുന്ന ആ പ്രസിദ്ധനായ നളൻ ഇവനാണ്. ഇന്ദ്രൻ, അഗ്നി, യമൻ, വരുണൻ എന്നിങ്ങനെ നാലുപേരിതാ നളവേഷധാരികളായി നളന് അരികിൽ നില്ക്കുന്നു.

അനന്തഗുണനിധി : അനവധി ഗുണങ്ങൾക്കാധാരമായ, പരന്തപൻ: ശത്രുക്കളെ തപിപ്പിക്കുന്നവൻ, ജനപദം: രാജ്യം. പുരന്ദരൻ : ഇന്ദ്രൻ, അഭിരുചി ലവം ന ചേൽ : ലേശവും അഭിരുചിയില്ലെങ്കിൽ, ഇമം : ഈ വപുഷാ സുമശരദേശീയം : ശരീരം കൊണ്ടു കാമതുല്യനായ, കുടില സുകേശികുലകലിക : സുന്ദരീരമണ, ശാരദരാജീവാഭമുഖീ: ശരത്ക്കാലത്തെ താമരപ്പൂ പോലുള്ള മുഖത്തോടുകൂടിയവൾ, ദിനകരകുലോദ്വഹൻ: സൂര്യവംശനാഥൻ, വിശ്രുതൻ : കീർത്തിയുള്ളവൻ, നൃപതി: രാജാവ്, കന്ദർപ്പൻ: കാമൻ, ഇഭൻ: തുല്യൻ, കലിക : മൊട്ട്, രാജീവം : താമര, ചോളവിനേതാ: ചോളരാജാവ്, ഭീഷിതവൈരി : ശത്രുക്കളെ ഭയപ്പെടുത്തിയിട്ടുള്ളവൻ, സാരൻ : ശ്രേഷ്ഠൻ, സോയം: ആ ഇവൻ, തൽസ്വരൂപന്മാർ : നളവേഷധാരികൾ.

* *കുടില സുകേശീകുലകലിക, ശാരദര ജീവാഭമുഖി എന്നിവ അഭിസംബോധനകൾ.*

ച്ചതിപ്പതിനുനഹി നിമിത്തവും
എങ്കലൊരപരാധം വരികിലുമിങ്ങനെ തുടരാമോ ത്രിഭുവന-
സങ്കടഹരരിവർപോൽ, ഹര ഹര ശങ്കര! കിം കരവൈ?
ചെറിയനാളിൽത്തന്നെ തുടങ്ങി ഞാൻ
അറിവൻ കണവൻ മമ നളനെന്നു
മറിവില്ലതിനിങ്ങെന്നു വരികിലോ അറിയായ്
വരിക മമ രമണനെ, ഒരുനാളും ഞാൻ
മനസാ വപുഷാ വാചാ ന നളാദിതരം ജാനേ
അതിനാൽ ദേവാ മുദിതാ ദദതാം മേ തം രമണം
ഇത്തൊഴിൽ വെടിഞ്ഞെന്നുടെയത്തലൊഴിച്ചരുളേണം
ഭക്തജനചിത്തമുണ്ടോ തപ്തമാക്കുമാറീശന്മാർ

പല്ലവി
ഇന്ധാനേ ഹൃദി സന്താപേ ഭൃശ-
മെന്തുചെയ്‌വൂ ഞാനധുനാ?

ചരണം 3
സ്വപ്നത്തിൽപോലും താൻ ദേവനിന്ദയ്ക്കൊരുങ്ങിയിട്ടില്ല. ദേവകൾക്കോ എന്നെ ചതിക്കുന്നതിന് കാരണവും കാണുന്നില്ല. എന്നിൽ ഒരു തെറ്റു വന്നു പോയാൽ പോലും മൂന്നുലോകത്തിലെയും സങ്കടഹാരികളായ ഇവർ ഇങ്ങനെ തുടരുമോ? ഇനി ഞാൻ എന്തു ചെയ്യു. ബാല്യത്തിൽ തന്നെ ഞാൻ നളനെ ഭർത്താവായി കണ്ടതാണ്. അതിനു മാറ്റമില്ലെങ്കിൽ, എനിക്ക് ആ ഭർത്താവിനെ നേരിൽ കണ്ട് തിരിച്ചറിയാനിടവരട്ടെ, മനസ്സു കൊണ്ടും, ശരീരം കൊണ്ടും, വാക്കുകൊണ്ടും ഒരു നാളും നളനെ അല്ലാതെ വേറൊരാളെ ഞാൻ അറിയുന്നില്ല. അതിനാൽ ദേവന്മാർ സന്തോഷിച്ച് എനിക്ക് ആ രമണനെ തരട്ടെ. ദേവന്മാരുടെ ഈ പ്രവൃത്തി ഉപേക്ഷിച്ച് എന്നിലെ ദുഃഖത്തെ നീക്കണം. ഭക്തജനങ്ങളുടെ മനസ്സിനെ ഈശ്വരൻ വേദനപ്പെടുത്താറുണ്ടോ?
ഹരിത് പ്രഭുക്കളെ : ഇന്ദ്രാദികളെ (ദിക്പാലകരെ), അസത്ക്കരിക്ക : നിന്ദിക്കുക, അഹം : ഞാൻ, നിമിത്തം : കാരണം, അപരാധം : തെറ്റ്, ത്രിഭുവനസങ്കടഹരർ : ത്രൈലോകത്തിലെയും സങ്കടത്തെ കളയുന്നവർ, കിം കരവൈ: ഞാൻ എന്തും ചെയ്യും, കണവൻ : ഭർത്താവ്, രമണൻ: ഭർത്താവ്, ചെറിയനാളിൽ : ബാല്യകാലത്തിൽ, വപുഷാ: ശരീരം കൊണ്ട്, വാചാ : വാക്കുകൊണ്ട്, നളാൽ ഇതരം ന ജാനേ : നളനെ അല്ലാതെ വെറൊരുത്തനെ ഞാൻ അറിയുന്നില്ല, ദേവാമുദിതാ മേ തം രമണം ദദതാ: ദേവന്മാർ സന്തോഷിച്ച് എനിക്ക് ആ രമണനെ തരട്ടെ, വെടിഞ്ഞ് : ഉപേക്ഷിച്ച്, അത്തൽ: ദുഃഖം, തപ്തമാക്കുക : ദുഃഖിപ്പിക്കുക.

* *ഹര ഹര ശങ്കര എന്നത് ദുഃഖദ്യോതകമായ വ്യാക്ഷേപക നിപാതം.*
* *ഇത്തൊഴിൽ എന്നുദ്ദേശിച്ചത് നളവേഷം ധരിച്ചുള്ള ഇന്ദ്രാദികളുടെ പ്രവൃത്തി.*
* *സരസ്വതിയുടെ വാക്കുകൊണ്ട് നളവേഷത്തിൽ അഞ്ചുപേരെ കണ്ടതിൽ നാലു പേർ ഇന്ദ്രാദികളും ഒരുവൻ വാസ്തവ നളനുമാണെന്നല്ലാതെ വിവരം തിരിച്ചറിയാൻ മാർഗ്ഗമില്ലാത്തതിനാൽ ദമയന്തി ഇന്ദ്രാദികളെ തന്നെ ശരണം പ്രാപിക്കുന്നു.*

പല്ലവി.
സന്താപം മനസ്സിൽ ഏറ്റവും ജ്വലിച്ചുകൊണ്ടിരിക്കുമ്പോൾ ഇപ്പോൾ ഞാൻ എന്തു ചെയ്യാനാണ്?
ഇന്ധാനേ : ജ്വലിച്ചുകൊണ്ടിരിക്കുമ്പോൾ, ഹൃദി : ഹൃദയത്തിൽ, സന്താപം : ദുഃഖം, ഭൃശം : അധികം, അധുനാ : ഇപ്പോൾ.

പുറനീര - ചെമ്പട

ശ്ലോകം 27

അഥ ബത! ദമയന്തീചിന്തയാ ദൈവഗത്യാ
സപദി ഹരിദധീശോ ഭേജിരേ സ്വസ്വചിഹ്നം
തദനു നളഗളാന്തേ ബാലയാ ന്യാസി മാലാ
പ്രമുദിതമനസസ്തേ വാചമാചക്ഷതൈവം.

ഇന്ദ്രൻ

പദം 33. പല്ലവി

അനല്പം വാമസ്തു ഭവ്യം മമ പ്രസാദേന

അനുപല്ലവി

വിദർഭനൈഷധവംശതിലകൗ യുവാനൗ (അന)

ചരണം 1

ബുദ്ധിക്ഷയമില്ലേതും ബോധിക്ക, ശുഭചിത്ത-
ശുദ്ധിക്ഷപിതദോഷ! ശൂര! നൈഷധഭൂമി
യ്ക്കദ്ധ്യക്ഷ! നീ ചെയ്യുന്ന യജ്ഞേഷു ഹവിർഭാഗം
പ്രത്യക്ഷം ഭുജിപ്പൻ ഞാൻ പ്രഥതാം തേ ശിവസായൂജ്യം....
(അന)

ശ്ലോകം 27

സാരം : അപ്പോൾ ആശ്ചര്യം തന്നെ! ദമയന്തീ ചിന്തയാൽ ദൈവയോഗം കൊണ്ട് പെട്ടെന്ന് ദിക്പാലകന്മാർ അവരവരുടെ ചിഹ്നം സ്വീകരിച്ചു. പിന്നീട് നളന്റെ കഴുത്തിൽ ബാലയാൽ മാല ചാർത്തപ്പെട്ടു. പ്രസാദിച്ച മനസ്സോടെ അവർ ഇപ്രകാരമുള്ള വാക്കിനെ പറഞ്ഞു.

അഥ : അനന്തരം, ബത: ആശ്ചര്യം, ദമയന്തീചിന്തയാ — ദമയന്തിയുടെ ചിന്തയാൽ, ദൈവഗത്യാ : ദൈവയോഗത്താൽ, സപദി : വേഗത്തിൽ, ഹരിദധീശ : ദിക്പാലകന്മാർ, ഭേജിരേ : സ്വീകരിച്ചു. സ്വസ്വചിഹ്നം : അവരവരുടെ ചിഹ്നങ്ങളെ, തദനു: അതിനുശേഷം, നളഗളാന്തേ: നളന്റെ കഴുത്തിൽ, ബാലയാ : ബാലയാൽ, ന്യാസി: ചാർത്തപ്പെട്ടു. പ്രമുദിത മനസാ : പ്രസാദിച്ചിരിക്കുന്ന മനസ്സാൽ, തേ : അവർ (ഇന്ദ്രാദികൾ), വാചം : വാക്കിനെ, ആചക്ഷത : പറഞ്ഞു. ഏവം : ഇപ്രകാരം.

വൃത്തം: മാലിനി.

ഇന്ദ്രൻ

പദം 33 പല്ലവി.

എന്റെ അനുഗ്രഹത്താൽ നിങ്ങൾ ഇരുവർക്കും അനല്പമായ മംഗളം ഭവിക്കട്ടെ.

അനല്പം : മഹത്തായ, വാം : നിങ്ങൾ രണ്ടുപേർക്കും, അസ്തു:ഭവിക്കട്ടെ. ഭവ്യം: ക്ഷേമം, മമ : എന്റെ, പ്രസാദേന : പ്രസാദത്താൽ.

അനുപല്ലവി,

വിദർഭകുലത്തിനും നൈഷധ കുലത്തിനും തിലകക്കുറികളായ യുവാക്കളെ! (നിങ്ങൾക്ക് മംഗളം ഭവിക്കട്ടെ എന്ന് സാരം)

തിലകൗ യുവാനൗ : തിലകക്കുറികളായ യുവാക്കളെ

ചരണം 1

ശുഭചിത്തത്തിന്റെ ശുദ്ധികൊണ്ട് ദോഷങ്ങളെ ക്ഷയിപ്പിച്ചിട്ടുള്ളവനെ! ഭൈമി നിന്നെ വരിച്ചതുകൊണ്ട് നിനക്ക് ലേശവും ബുദ്ധിക്ഷയമില്ല. നീ ചെയ്യുന്ന യാഗങ്ങളിൽ ഞാൻ പ്രത്യക്ഷമായി വന്ന ഹവിർഭാഗം ഭുജിക്കാം. നിനക്ക് ഒടുവിൽ ശിവസായൂജ്യം ഉണ്ടാകട്ടെ.

ബുദ്ധിക്ഷയമില്ലേതും: തെല്ലും നീരസമില്ല, ബോധിക്ക : അറിയുക, ശുഭചിത്ത ശുദ്ധിക്ഷപിതദോഷ : ശുഭമായിരിക്കുന്ന മനഃശുദ്ധികൊണ്ട് ദോഷങ്ങളെ ക്ഷയിപ്പിച്ചവനെ.

അഗ്നി

ചരണം 2

പരിചിൽ ഞാനാഗ്രഹിച്ച ഭൈമി നിന്നെ വരിച്ചു
പരുഷമില്ലെനിക്കേതും പ്രത്യുത മുദിതോസ്മി
പചനദഹനങ്ങളിൽ ഭവതഃസ്വാധീനൻ ഞാനെ-
ന്നറിക, നീ വച്ചുണ്ടാക്കും കറികളമൃതിനൊക്കും (അന)

യമൻ

ചരണം 3

ദമയന്തിയെ ഞാൻ നിന്റെ ദയിതയാക്കുവാൻ വന്നു;
മമ ചിന്തിതം സാധിച്ചു; തരുവൻ വരങ്ങളെ ഞാൻ
ആപത്തിലും നിൻ ബുദ്ധി അധർമ്മവിമുഖിയാകും
ആയത്തയാകും നിങ്കലായുധവിദ്യയെല്ലാം... (അന)

വരുണൻ

ചരണം 4

മതിമുഖി ഭൈമിയോടും മദനകേളികൾ പൂണ്ടു
മരുവുക നൈഷധ നീ തരുവൻ വരയുഗളം

യജ്ഞേഷു : യാഗത്തിൽ, പ്രത്യക്ഷം :നേരിട്ട്, ഭുജിപ്പാൻ: ഭുജിക്കാം. തേ പ്രഥതാ: നിനക്ക് സിദ്ധിക്കട്ടെ.

അഗ്നിവഴി ഹവിസ്സ് സ്വീകരിക്കാതെ പ്രത്യക്ഷമായി സ്വീകരിക്കാമെന്ന് ഇന്ദ്രൻ പറയുന്നത് നളനോടുള്ള ആദരവിനാലാണ്.

അഗ്നി

ചരണം 2

ഞാൻ ആഗ്രഹിച്ച ഭൈമി നിന്നെ വരിച്ചതുകൊണ്ട് എനിക്ക് കാലുഷ്യമില്ലെന്ന് മാത്രമല്ല, നേരെമറിച്ച് ഞാൻ സന്തോഷിക്കുന്നു. പാകം ചെയ്യുന്നതിലും, ദഹിപ്പിക്കുന്നതിലും ഞാൻ നിനക്ക് അധീനൻ എന്നിറിയുക. നീ വെച്ചുണ്ടാക്കുന്ന കറികളെല്ലാം അമൃതിന് സമമായിരിക്കും.

പരിചിൽ : നന്നായി(അധികം), പരുഷം: കോപം, പ്രത്യുത : നേരെ മറിച്ച്, മുദിതഃ അസ്മി : ഞാൻ സന്തോഷിക്കുന്നു, പചനം : പാചകം, ദഹനം : കത്തൽ, ഭവതഃ സ്വാധീനൻ ഞാൻ : ഭവാന് വശഗനാണ് ഞാൻ.

* *നളപാകം എന്നത് പ്രസിദ്ധം.*
* *അഗ്നിയിൽ നിന്ന് കാർക്കോടകനെ രക്ഷിക്കാൻ നളനു കഴിഞ്ഞത് ഈ വരം കൊണ്ടു തന്നെ.*

യമൻ

ചരണം 3.

ദമയന്തിയെ നിന്റെ ഭാര്യയാക്കുവാനാണ് ഞാൻ വന്നത്. എന്റെ ആഗ്രഹം സാധിച്ചിരിക്കുന്നു. ആപത്തിലും നിന്റെ ബുദ്ധി അധർമ്മത്തിൽ പ്രവർത്തിക്കാത്തതും, ആയുധവിദ്യകളെല്ലാം നിനക്ക് സ്വാധീനമാകും എന്നീ വരങ്ങളെ ഞാൻ നിനക്ക് തരുന്നു.

ദയിത : ഭാര്യ, ചിന്തിതം : ആഗ്രഹം, അധർമ്മ വിമുഖി : അധർമ്മത്തിൽ പ്രവർത്തിക്കാത്തത്. ആയത്തയാകും: അധീനമാകും, നിങ്കൽ : നിന്നിൽ.

വരുണൻ.

ചരണം 4

സുന്ദരിയായ ദമയന്തിയോട് മദനകേളികളിൽ ഏർപ്പെട്ട് നീ മരുവുക, രണ്ടു വരങ്ങളെ ഞാൻ നിനക്ക് തരുന്നു. വൃക്ഷങ്ങളിലും വള്ളികളിലുമുള്ള പൂക്കൾ നീ തൊട്ടാൽ കല്പതരുക്കളാകും. മരുഭൂമിയിലും (ജലം കിട്ടാത്തിടത്തും) നിനക്ക് വേണ്ടുവോളം ജലമുണ്ടാകും.

മതിമുഖി : സുന്ദരി, വരയുഗളം : രണ്ടുവരം, തരുവല്ലീ സൂനം : വൃക്ഷങ്ങളുടെയും വല്ലികളുടെയും പുഷ്പം, തവ : നിനക്ക്.

തരുവല്ലീസുനം കല്പതരുസൂനമാം നീ തൊട്ടാൽ
മരുഭ്രമിയിലും തവ ജലമുണ്ടാം വേണ്ടുവോളം .....

(അന)

സരസ്വതി

ചരണം 5

കനക്കമർത്ഥവും സുധകണക്കേ പദനിരയും
അനർഗ്ഗളം യമകവും അനുപ്രാസമുപമാദി
ഇണക്കം കവർന്ന രമ്യം ജനിക്കും നൽ സാരസ്വതം
നിനക്കും നിൻ ദയിതയ്ക്കും നിനയ്ക്കുന്നവർക്കും നിന്നെ

(അന)

ശ്ലോകം 28.

ഇത്യുക്ത്വാ ത്രിദശവരാസ്തിരോബഭ്രവു-
സ്തദ്യുക്താ ത്രിദിവമിയായ സാപിവാണീ
വൈദർഭോ നിജതനയാം നളേന സാർദ്ധം
വാദിത്രദ്ധ്വനിമുഖരം നിനായ ഗേഹം

സരസ്വതി
ചരണം 5

ഗംഭീരമായ അർത്ഥമുൾക്കൊണ്ട് അമൃതുപോലെ പ്രവഹിക്കുന്ന പദനിരയും ഇടതടവില്ലാതെ യമകവും, അനുപ്രാസം, ഉപമ മുതലായവയുടെ ഇണക്കത്തോടെ സുന്ദരമായി ജനിക്കുന്ന ഭാഷ നിനക്കും നിന്റെ ഭാര്യയ്ക്കും നിന്നെ വിചാരിക്കുന്നവർക്കും ഉണ്ടാവട്ടെ.
കനക്കം: വർദ്ധിച്ച. സുധ : അമൃത്, അനർഗ്ഗളം: ഇടതടവില്ലാതെ, ആദി: മുതലായവ : ഇണക്കം : യോജിപ്പ്, രമ്യം : മനോഹരം, സാരസ്വതം: ഭാഷ, ദയിത : ഭാര്യ, നിനയ്ക്കുന്നവർക്ക്: വിചാരിക്കുന്നവർക്ക്.

* *അർത്ഥഭേദത്തോടുകൂടിയുള്ള അക്ഷരക്കൂട്ടത്തിന്റെ ആവൃത്തി യമകവും, സാദൃശ്യം ചൊല്ലുന്നത് ഉപമയും-രണ്ടും അർത്ഥാലങ്കാരങ്ങൾ.*

* *വാര്യരുടെ കാവ്യസങ്കല്പം ഈ ചരണത്തിൽ.*

ശ്ലോകം 28

സാരം : ഇങ്ങനെ പറഞ്ഞിട്ട് ദേവന്മാർ അപ്രത്യക്ഷരായി അവരോടുകൂടി സരസ്വതിയും സ്വർല്ലോകം പൂകി. വിദർഭനാകട്ടെ മകളെ നളനോടുകൂടി വാദ്യഘോഷം മുഴങ്ങുന്ന ഗൃഹത്തിലേക്ക് നയിച്ചു.
ഇത്യുക്ത്വാ : ഇപ്രകാരം പറഞ്ഞിട്ട്, ത്രിദശവരഃ തിരോബഭ്രവേ : ദേവന്മാർ അപ്രത്യക്ഷരായി. തദ്യുക്താ : അവരോടുകൂടി, ത്രിദിവം: സ്വർഗ്ഗം, ഇയായ : ഗമിച്ചു, സാവാണീ അപി: ആ സരസ്വതിയും, വൈദർഭോ: ഭീമനാകട്ടെ, നിജ : തന്റെ , നളേനസാർദ്ധം : നളനോട് കൂടെ, വാദിത്രധ്വനിമുഖരാം : വാദ്യഘോഷം കൊണ്ടു മുഴങ്ങുന്ന, നിനായ : പ്രാപിച്ചു(നയിച്ചു), ഗേഹം : വീട്.
വൃത്തം : പ്രഹർഷണി.

മാതൃകാചോദ്യങ്ങൾ

വിഭാഗം – 1

1.ആട്ടക്കഥാചരിത്രത്തിൽ നളചരിതത്തിനുള്ള സ്ഥാനം, നളചരിതം ഒന്നാം ദിവസം ആധാരമാക്കി വിലയിരുത്തുക?

2.നളചരിതം നാടകലക്ഷണങ്ങൾ ഉള്ള ഒരു ആട്ടക്കഥയാണ്. സമർത്ഥിക്കുക?

3.നളചരിതം കേരളത്തിന്റെ ശാകുന്തളമെന്ന അഭിപ്രായത്തിന്റെ സാധുത പരിശോധിക്കുക?

4.നളചരിതം ഒന്നാം ദിവസത്തിന്റെ ഘടന - 13 രംഗങ്ങളെ ആധാരമാക്കി വിവരിക്കുക?

5.നളചരിതം ഒന്നാം ദിവസം ആസ്പദമാക്കി നളൻ, ദമയന്തി, ഹംസം, നാരദൻ തുടങ്ങിയവരുടെ സ്വഭാവം വിമർശനാത്മകമായി വിലയിരുത്തുക?

6.പാത്രസൃഷ്ടിയിൽ ഉണ്ണായിവാര്യരുടെ പാടവം ഒന്നാം ദിവസം ആസ്പദമാക്കി പരിശോധിക്കുക?

7.അപ്രധാന കഥാപാത്രങ്ങൾക്ക് കഥയുടെ ശില്പവിധാനത്തിൽ വാര്യർ നല്കുന്ന പങ്ക് സവിശേഷ ശ്രദ്ധ അർഹിക്കുന്നു - ഒന്നാം ദിവസം ആസ്പദമാക്കി ചർച്ച ചെയ്യുക?

8.ഉണ്ണായിവാര്യരുടെ ഭാഷയെപ്പറ്റി നളചരിതം ഒന്നാം ദിവസത്തെ ആധാരമാക്കി ചർച്ച ചെയ്യുക?

9.ഹംസം ഉത്തമനായ ഒരു ദൂതൻ എന്ന് സമർത്ഥിക്കുക?

10.നളചരിതത്തിന്റെ നാടകീയത ഉപന്യസിക്കുക?

11.ഇതിഹാസ - പുരാണങ്ങളിലെ മൂലകഥാസന്ദർഭവും, അവയുടെ ആട്ടക്കഥാരൂപത്തിൽ വന്നിട്ടുള്ള മാറ്റങ്ങളും നളചരിതം മുൻനിർത്തി ചർച്ച ചെയ്യുക?

12.ഉണ്ണായിവാര്യരുടെ കാവ്യശൈലിയിലെ വ്യത്യസ്ത ഘടകങ്ങൾ ഒന്നാം ദിവസം ആധാരമാക്കി ചർച്ച ചെയ്യുക?

13.ആട്ടക്കഥാ പ്രസ്ഥാനത്തിന്റെ സാധ്യതകളും പരിമിതികളും നളചരിതം ആധാരമാക്കി ചർച്ച ചെയ്യുക?

14.നളചരിതം മുൻനിർത്തിയുണ്ടായ വ്യത്യസ്ത പഠനങ്ങളെയും, നളചരിതത്തിനുണ്ടായ പാഠാന്തരങ്ങളെയും

വിമർശനപരമായി വിലയിരുത്തുക?

15.നളചരിതം ഒന്നാം ദിവസത്തിന് പ്രതലമാകുന്ന സ്ഥലകാലങ്ങളെ നിരൂപിക്കുക?

വിഭാഗം – II

1.'മുദിതം മാനസം മമ
ഭവദംഗ ദർശനേന
മുഴുതിങ്കളുദയേന
കുമുദമെന്നതുപോലെ' (രംഗം : ഒന്ന്)

സന്ദർഭവും സ്വാരസ്യവും വിശദമാക്കുക?

2.രത്നമെല്ലാം നിനക്കുള്ളു
യജ്ഞമേ ദേവകൾക്കുള്ളു
യത്നമേതദർത്ഥം നൃപ
സത്തമ! നിനക്ക യോഗ്യം (രംഗം : ഒന്ന്)

നാരദൻ നളനോട് ഇങ്ങനെ പറയാനുള്ള സാഹചര്യവും, കാരണവും വിലയിരുത്തുക?

3.വിധുമുഖിയുടെ രൂപമധുരത കേട്ടു മമ
വിധുരത വന്നു, കൃത്യചതുരത പോയി
മുദിരതതികബരീ പരിചയപദവിയോ?
വിജനേവസതിയോ മേ ഗതിയിനി രണ്ടിലൊന്നേ -
(രംഗം : ഒന്ന്)

നളന്റെ ആത്മഗതത്തിലെ ഭാവതലങ്ങൾ വിലയിരുത്തുക?

4.കഥനേന മുനേരനേന രാജാ
കദനേസൗ മദനേഷുജേ നിമജ്ജൻ
സചിവേ വിനിയോജ്യ രാജ്യഭാരം
വിജനേ പുഷ്പവനേ തതാന വാസം (രംഗം : രണ്ട്)

ശ്ലോകത്തിന്റെ ആശയം വിശദമാക്കുക?

5.പടുതമൻ മദനന്റെ പടവീടിതേ, വാപീ
തടവിടപികളേതത് പടകുടികൾ, കുസുമ-
ഹേതിദ്യുതിയും! കുയിൽനാദസ്വരവും, മാരുത
യോധഭ്രമിയും, വിരഹിഭീതിസ്ഥലമേയിതു. (രംഗം: രണ്ട്)

ഉദ്യാനം നളന് ഇങ്ങനെ അനുഭവപ്പെട്ടത് എന്തുകൊണ്ട്?

6.'വിവശം നിരവലംബം മമ കുടുംബവുമിനി' -

(രംഗം : രണ്ട്)

ഈപ്രസ്താവനയെഹംസംപിന്നീട്ബലപ്പെടുത്തുന്നതെങ്ങനെ?

7.പോക പൂങ്കാവിലെന്നു പുതുമധുവചനേ!

വലിയ നിർബന്ധം തവ വാഴുന്നേരം ഭവനേ

പോവാൻ തന്നെയോ വന്നു? പൂർണ്ണേന്ദുവദനേ!

കാമിനീമൗലേ! ചൊൽക കാതരനയനേ! (രംഗം : മൂന്ന്)

സഖി ദമയന്തിയോട് ഇപ്രകാരം പറഞ്ഞതെന്തുകൊണ്ട്?

8.ചല ദളിതഝങ്കാരം ചെവികളിലംഗാരം

കോകില കൂജിതങ്ങൾ കൊടിയ കർണ്ണശൂലങ്ങൾ

കുസുമസൗരഭം നാസാകുഹരസരസ്സൈരിഭം

അതിദുഃഖ കാരണമിന്നാരാമസഞ്ചരണം- (രംഗം : 3)

ആരാമസഞ്ചരണം ദമയന്തിക്ക് ദുഃഖകരമായതെന്തുകൊണ്ട്?

9.അർണ്ണവം തന്നിലല്ലോ നിമ്നഗ ചേർന്നു ഞായം

അന്യഥാ വരുത്തുവാൻ കുന്നു മുതിർന്നിടുമോ?

(രംഗം : 3)

പ്രസ്തുത പ്രസ്താവനയിലൂടെ ദമയന്തി ഹംസത്തിന്റെ സംശയത്തെ ഇല്ലാതാക്കുന്നതെങ്ങനെ?

10.അനുജന്റെ സുദർശനം ദനുജരെ അമർക്കയാൽ

മുനിവര്യ! രണം ദുർലഭം

മനുജന്മാർ മിഥോജന്യം തുനിയുന്നോർ മരിച്ചാരും

ത്രിദിവത്തിൽ വരുന്നീലഹോ! എന്തതിൻ മൂലം?

(രംഗം : 6)

സന്ദർഭവും സ്വാരസ്യവും വ്യക്തമാക്കുക?

11.മിളിതം പദയുഗളേ നിഗളതയാ

മാർഗ്ഗിതയാലതയാ- (രംഗം :7)

ഇന്ദ്രൻ ഇങ്ങനെ പറഞ്ഞതെന്തുകൊണ്ട്?

12.ഭൈമീകാമുകനല്ലോ ഞാനും; ദേവ-

സ്വാമികളേ! കരുണ വേണം

മാമിഹ നിയോഗിക്കിലാകാ, ചെന്നാൽ

കാണ്മാനും കഴിവരാ, പറവാനുമഭിമതം - (രംഗം: 7)

ദേവേന്ദ്രന്റെ ആജ്ഞയ്ക്ക് നളൻ പറയുന്ന ഏതേതെല്ലാം തടസ്സങ്ങൾ ഇവിടെ തെളിയുന്നു?

13.ചെയ്‌വേനെന്നു മുന്നേ ചൊന്നതു

ചെയ്തില്ലെന്നാലധികമധർമ്മം - (രംഗം : 7)

സന്ദർഭവും സ്വാരസ്യവും വിശദമാക്കുക?

14.ഈശ്വരന്മാരെന്തു വിചാരലേശം കൂടാതെ അതി-

നീചയോഗ്യമാരംഭിച്ചതാചാരമിപ്പോൾ?

രാജപുത്രി ഞാനിന്നൊരു രാജ്യഭാര്യയെ-

ന്നാശയേ ധരിപ്പതിനെന്തു ക്ലേശം ദേവാനാം?(രംഗം: 8)

ദമയന്തി ആരോടു പറയുന്ന വാക്കുകളാണിത്? ദേവന്മാരെപറ്റി ദമയന്തി ഉന്നയിക്കുന്ന പരാതികൾ ഏവ?

15.അമൃതമതിമധുരം പീയതേ, കാല-

മനിശം കളികൾകൊണ്ടു നിയതേ;

അനവധി ഘൃണമനുഭൂയതേ, ചിര-

മായുരനവധി ജായതേ (രംഗം : 8)

ഇന്ദ്രന്റെ ആജ്ഞാനിർവ്വഹണത്തിന് നളൻ സ്വീകരിക്കുന്ന ഉപായവും അതിന്റെ സ്വഭാവവും വരികളെ ആസ്പദമാക്കി വിവരിക്കുക?

16.അരുളിച്ചെയ്തുപോലിതെല്ലാം കേട്ടേൻ;

അഗതിക്കെനിക്കിനി ആവതെന്തിപ്പോൾ;

അപരനെയങ്ങു നിയോഗിച്ചാലും ദ്രുത-

മപഹരിച്ചാലുമവളെ വേഗാൽ? (രംഗം : 9)

സന്ദർഭവും സ്വാരസ്യവും വിവരിക്കുക?

17.വധിക്കേണം നൃപന്മാരെ : ചതിക്കേണം സുരന്മാരേ,

ചരിക്കേണമഹികളേ: ഹരിക്കേണമവളെ നാം

കൊതിക്കേണമശക്തൻമാർ, നടക്ക നാമവിടേക്കു;

മിനക്കെട്ടിങ്ങിരുന്നാലോ കനക്കേടു വരും പാരം (രംഗം : 10)

സന്ദർഭവും സ്വാരസ്യവും വിശദമാക്കുക?

18.ബാലേ! തനയേ! ദമയന്തി! ഹന്ത നിനക്കൊ

രാളിയിതല്ലോ വന്നു കാൺക; വന്നിരിക്കുന്ന

മാലോകരെ അറിഞ്ഞുചൊന്നാൽ വേണ്ടുന്നവരെ

മാലയിട്ടു വരിക്ക നന്നായ് മാൽ തീരുമെന്നാൽ....
(രംഗം: 12)

ആരുടെ വാക്കുകളാണിത്? ഇവിടെ സൂചിപ്പിക്കപ്പെടുന്ന ആളി ആര്? കഥയിൽ വഹിക്കുന്ന പങ്ക് എന്ത്?

19.ഇന്ധാനേ ഹൃദി സന്താപേ ഭൃശ-

മെന്തുചെയ്‌വൂ ഞാനധുനാ? - (രംഗം : 13)

ദമയന്തി ഇങ്ങനെ ചിന്തിക്കുന്ന സന്ദർഭം ഏത്?

20.കനകമർത്ഥവും സുധകണക്കേ പദനിരയും
അനർഗ്ഗളം യമകവും അനുപ്രാസമുപമാദി
ഇണക്കം കലർന്നു രമ്യം ജനിക്കും നൽസാരസ്വതം
നിനക്കും നിൻ ദയിതയ്ക്കും നിനയ്ക്കുന്നവർക്കും നിന്നെ -
(രംഗം : 13)

സരസ്വതി നളനെയും ദമയന്തിയെയും അനുഗ്രഹിച്ചതെങ്ങനെ? അനുഗ്രഹത്തിൽ നിന്ന് വികസിപ്പിച്ചെടുക്കാവുന്ന മറ്റ് അർത്ഥതലങ്ങൾ ഏവ?

പഠനത്തിന് ഉപയോഗപ്പെടുത്താവുന്ന പുസ്തകങ്ങൾ

1. കേരളസാഹിത്യ ചരിത്രം - ഉള്ളൂർ. എസ്. പരമേശ്വരയ്യർ - വാല്യം 3

2. സാഹിത്യച്ചരിത്രം പ്രസ്ഥാനങ്ങളിലൂടെ - ജനറൽ എഡിറ്റർ കെ. എം. ജോർജ്ജ് - (ഈപുസ്തകത്തിൽ ഡോ. എസ്.കെ. നായർ എഴുതിയ ആട്ടക്കഥ എന്ന ഖണ്ഡം)

3. നളചരിതവ്യാഖ്യാനങ്ങൾ

ഏ. ആർ. രാജരാജവർമ്മ നളചരിതം - കാന്താരതാരകം വ്യാഖ്യാനം.

എം. എച്ച്. ശാസ്ത്രി - നളചരിതം - രസിക കൗതുകം വ്യാഖ്യാനം.

എ. ഡി. ഹരിശർമ്മ - നളചരിതം - പദാർത്ഥദീപിക വ്യാഖ്യാനം

4. മറ്റൊരു നളചരിതം ആട്ടക്കഥ - ഡോ. എസ്. കെ. നായർ

5.നളചരിതം ആട്ടപ്രകാരം - കലാമണ്ഡലം കൃഷ്ണൻ നായർ

6.രാജാങ്കണം - കുട്ടിക്കൃഷ്ണ മാരാർ.

7. മലയാള കവിതാസാഹിത്യ ചരിത്രം - ഡോ.എം. ലീലാവതി-കേരള സാഹിത്യ അക്കാദമി